இரட்டையர்கள்

விளதீமிர் மிஹனோவ்ஸ்கி

தமிழில்: நா. முகம்மது செரிபு எம்.ஏ.

IRATTAIYARGAL (in Tamil)
Vladimir Mikhanosky
in Tamil : **N. Mahamed shrif** M.A.,
First Edition: September, 2019 | Fourth Print: November, 2022
Published by
ILAIYORE ILLAKIYAM
im print of Bharathi Puthakalayam
7, Elango Salai, Teynampet, Chennai - 600 018
Email: bharathiputhakalayam@gmail.com | www.thamizhbooks.com

இரட்டையர்கள்
விளதீமிர் மிஹனோவ்ஸ்கி
தமிழில்: நா. முகம்மது செரிபு, எம்.ஏ.,
முதல் பதிப்பு: செப்டம்பர், 2019 | நான்காம் அச்சு: நவம்பர், 2022

வெளியீடு:

இளையோர் இலக்கியம்
பாரதி புத்தகாலயத்தின் ஓர் அங்கம்
7, இளங்கோ சாலை, தேனாம்பேட்டை, சென்னை - 600 018
தொலைபேசி : 044 24332424, 24356935 விற்பனை: 24332924

விற்பனை உரிமை

பாரதி புத்தகாலயம்

7, இளங்கோ சாலை, தேனாம்பேட்டை, சென்னை- 600 018.

அச்சு: மோகனா பிரிண்டர்ஸ், சென்னை - 600 005.

நியூமோர்களின் இல்லத்தில் செலவிட்ட தனது இளமைக் காலத்தை லின்டா லான் ஒரு நீண்ட கொடிய கனவு போல நினைவு கூர்ந்தாள். ஒருவாறு முடிந்த அத்தகைய கனவு, அதனது துயர நிகழ்ச்சிகள் மகிழ்வு தரக்கூடியவற்றோடு இரண்டறக் கலந்திருந்தாலும், நிலைத்திருக்கக் கூடிய ஒரு சுமையை நெஞ் சில் பதித்தது. கனவுகளைப் பற்றிய மிகவும் கவர்ச்சியான விஷயம் ஒருவேளை இப்படி துன்பமும் மகிழ்வும் மாறி வருவதுதானோ?

எதார்த்தமாக, நியூமோரின் தாயார் அவளை மிகவும் நாகரிகமாக நடத்தினார். தந்தை கூட, கோள்களுக்கிடையேயான தனது பயணங்களிலிருந்து அரிதாக வந்த போதெல்லாம் அவளுக்கும் தனது சொந்த மகனுக்கும் எந்தவித வேறுபாட்டையும் செய்ததில்லை.

எனினும், அவளது குழந்தைப் பருவ ஆண்டுகள் அவள் உள்ளத்தில் நிலைத்த தழும்பை விட்டுச் சென்றது, அது ஒருபோதும் முறையாக குணமாகவேயில்லை. இந்தத் தழும்பு நியூம் என்று சுருக்கமாக அழைக்கப்படும் நியூமோர் ஜூனியரின் செயல்தான்.

ஒரு விமான விபத்தில் அவளது பெற்றோர் இருவரும் கொல்லப்பட்டதை அடுத்து, அவள் நியூமோர்களின் ஒப்பற்ற இல்லத்திற்கு வந்ததும், உடனடியாக இந்தப் பையன் அவளது கெட்ட கூர்மதியாளனானான். அவளது மெல்லிய சடையைப் பிடித்து இழுக்கவோ, உடல் வருத்த ஏதும் அவளுக்கு ஒருபோதும் செய்யாத போதும், அவனது செயல் குறித்து அவள் அடிக்கடி தனிமையில் அழுதுமிருக்கிறாள். ஆனால், வீட்டில் எத்தகையதொரு போக்கிரித்தனம் நடந்தாலும் அதை அவனே முன்னின்று செய்ய வைத்தான். சாக்ஸன் சீனா குவளையை உடைப்பது, மலர்க் கொத்திலிருந்து ஒரு ரோஜாவைப் பறிப்பது, அறையிலிருக்கும் விருந்தினரின் தொப்பியில் நீரை ஊற்றுவது ஆகியன _ எப்பொழுதுமே தவிர்க்க முடியாதபடி லின்டாவின் தவறுகளாகும்.

எடுத்துக்காட்டாக, உடைந்துபோன அந்த சாக்ஸன் சீனா குவளையை எடுத்துக் கொள்வோம். லின்டாவின் நினைவிலிருந்து துயரமிக்க அந்நிகழ்ச்சி எத்தனையோ ஆண்டுகளாகியும் மங்கிப்போகவில்லை.

....அவர்கள் தோட்டத்தில் விளையாடிக் கொண்டிருந்தார்கள். பிறகு உள்ளே சென்றார்கள். நியூம், மாலுமிகளால் ஆடப்படக் கூடிய நடனத்தை அவளுக்குக் காட்டத் தொடங்கினான். அவனும் மிக நன்றாக ஆடிக் காட்டினான்.

“இப்பொழுது நீ இதை முயற்சி செய்.'' லின்டாவைக் கையில் பிடித்து அறையின் மையப்பகுதிக்கு அழைத்துச் சென்றபடி அவன் கூறினான்.

ஆரம்பத்தில் கால்வைப்பது சற்று கடினமாக இருந்தது.

“நொண்டு, இன்னும் நொண்டு!'' நியூம் உரக்கக் கூவினான். எந்த ஒரு காரியத்தை அவன் செய்தாலும் அதுவாகவே ஆகிவிடுவதுபோல, ஒரு நடன ஆசிரியரின் பாத்திரத்தில் அவ்வாறு கூறினான். “உன் கைகளை இப்பொழுது தட்டு, இடது பக்கம் குதி!''

அவள் குதித்தபோது, அவன் அவளைத் தள்ளினான். தரை பனிக்கட்டி போல வழுக்கலாக இருந்ததால் அவளோ குவளை வைக்கப்பட்டிருந்த நாற்காலியைத் தட்டி விட்டபடி கீழே விழுந்தாள்...

இந்த இரைச்சல் நியூமின் தாயாரை உள்ளே வரவழைத்தது. அவர் சில நொடிகள் அமைதியாக இந்தக் காட்சியைப் பார்த்தபடி நின்றார்.

லின்டாவும் நியூமும், குற்ற உணர்வோடு கீழே பார்த்தபடி அருகருகே நின்றார்கள்.

“மீண்டும் சண்டையா?'' தாயார் இறுதியாகக் கேட்டார்.

பையன் தன் தலையை ஆட்டினான்.

பிறகு அவர் லின்டாவை நோக்கினார் :

“நீ தான் இதைச் செய்தாயா?''

“ஆம்'' லின்டா முணுமுணுத்தாள்.

நியூமின் தாயார் சீனாக் குவளையின் துண்டுகளை வருத்தத்துடன் பார்த்தார்.

“இந்தக் குவளை நானூறு ஆண்டுகளுக்கு முந்தியது...'' அவர் பெருமூச்சு விட்டபடி கூறினார். “இது எப்படி நடந்தது?''

“நான் ஆடிக் கொண்டிருந்தேன்.... அல்ல, ஒருவேளை நடன இசைக்கு ஆடுவதற்காக நான் கற்றுக் கொண்டிருந்தேன்.... மேலும் தரை ஒரே வழுக்கலாக இருந்தது...'' லின்டா விளக்கிச் சொல்ல முற்பட்டாள். மேலும் இழுத்து நடந்தாள். தனது வார்த்தைகளின் பயனில்லாமையை உணர்ந்தபடி அப்பெண்மணி தனது தலையை அசைத்தார்.

“லின்டா உண்மையைத்தான் சொல்லிக் கொண்டிருக்கிறாள். தரை ஸ்கேட்டிங் நிலம்போல வழுக்குகிறது'' என நியூம் திடீரென்று அவளுக்கு ஆதரவாகப் பேசினான். தனது வார்த்தைகளைச் செயல்படுத்திக் காட்ட, ஓடத் தொடங்கி நீளமான அந்த அறையில் கீழே விழுந்தான்.

“ஒரு கஷ்டமான குழந்தை'' அப்பெண்மணி கூறினார். அவர் யாரைக் குறிப்பிட்டுச் சொன்னார் என்பது அவ்வளவு தெளிவாக இல்லை.

அவனுக்கு உண்மையிலேயே எந்தத் தொடர்பும் இல்லை என்பது போல நியூம் சன்னலுக்கு வெளியே பார்த்தபடி நின்று கொண்டிருந்தான்.

இறுதியாக, கண்டனம் தெரிவிப்பது போல பொருத்தமான சில வார்த்தைகளைப் பேசிவிட்டு, நியூமின் தாயார், அந்த ஓட்டுச் சில்லுகளைப் பொறுக்கும்படி ரோபுக்கு ஆணையிட வெளியே சென்றார்.

தனக்குப் பின்னால் உள்ள கதவு மூடப்பட்டவுடன், லின்டா ஆறுதலுக்காக ஒரு நீண்ட பெருமூச்சு விட்டாள். நியூமோர் இப்பொழுது சன்னல் பக்கமிருந்து பார்வையைத் திருப்பி அவளையே உற்றுப் பார்த்துக் கொண்டிருந்தான். அவனது குறும்புக் கண்களையும், போக்கிரித் தனத்தை உதிர்க்க எந்நேரமும் தயாராக இருப்பன போல இருந்த அவனது உதடுகளையும் அவள் உற்றுப் பார்த்தாள்.... ஒழுங்குபடுத்தப்படாத தனது தலைமயிரை அவன் கலைத்துவிட்டுக் கொண்டான். பிறகு பேசினான் :

“எனக்காக நீ ஏன் பலியை ஏற்றாய்? உனது பாதுகாப்பை நான் விரும்பவில்லை.''

“உனக்கு என்ன வேண்டும், நியூம்?'' லின்டா அமைதியாகக் கேட்டாள்.

"நீ எப்பொழுதுமே உண்மை பேச வேண்டும் என விரும்புகிறேன், ஜிஞ்சர். பொய் பேசும் ஒரு பெண்ணோடு நான் நண்பனாக இருக்க முடியாது."

லின்டா அவனை நோக்கி ஓர் எட்டு வைத்தாள். வழிகின்ற தனது கண்ணீரை மறைத்தபடி திரும்பிக் கொண்டாள். இந்த உலகத்தில் எல்லாவற்றையும் விட அவனது நட்பையே லின்டா பெரிதும் விரும்பினாள்... ஆனால் அவன் மகிழாத அளவுக்கு அவள் என்ன தான் செய்தாள்? அவனை அவள் பாதுகாத்தாள்.

நியூம் அவளருகே நடந்து சென்று அவள் கண்களைப் பார்த்தான்.

"கோழைத்தனமான செயல்" அவன் இழுத்தபடி பேசினான்.

அவளோ அடிவயிற்றிலிருந்து கத்துவது போல "ஓ... இல்லை" என்றாள்.

"பிறகு நீ ஏன் தாயாரிடம் உண்மையைச் சொல்லவில்லை?"

"நான் என்ன சொல்லியிருக்க வேண்டும்?"

"நீ அவ்வாறு நினைப்பதாக நான் சிந்திக்கவில்லை..."

"ஓ! ஆக, நான் அவ்வாறு கருதவில்லை என்று நீ நினைத்திருக்கிறாய்!..." நியூம் அவளைக் கேலி செய்தான். "ஆனால் நான் நினைத்தேன்! நான் அப்படித்தான் நினைத்தேன்! நான் நினைத்தேன்! நான் நினைத்தேன்!" ஒற்றைக் காலில் நொண்டியடித்தபடி, அவனது பாதிக்கப்பட்ட உணர்வுகளை எல்லாம் மறந்தபடி சென்றான்.

"அது உண்மையல்ல!"

"ஆமாம். அப்படித்தான்."

"பிறகு ஏன் நீ அதைச் செய்தாய்?"

"செய்ய வேண்டும் போல உணர்ந்தேன். ஆகவேதான்! அது குறித்து நீ என்ன செய்யப் போகிறாய்? போ, தாயாரிடம் புகார் செய்! அல்லது நீ தண்டிக்கப்பட விரும்புகிறாயா?"

அவள் தனது தோள்களை குலுக்கிக் கொண்டாள்.

"தண்டனைக்கு நான் பயப்படவில்லை."

"எந்தவகையிலும் நீ ஒரு கோழை! தாயாரிடம் உண்மையைக் கூறுவதற்கு நீ பயப்பட்டாய்!"

இவ்வேளையில் கதவு திறக்கப்பட்டு, கம்பீரமான ஒரு ரோபாட் உள்ளே நுழைந்தான். அவனது உயரம், உருவ அமைப்பு இவைகளுக்காக 'மானுமெண்ட்' எனப் பெயரிடப்பட்டிருந்தான்.

வசதிபடைத்த மிகச் சில குடும்பங்களில் மட்டுமே ரோபாட்டை வேலைக்கு அமர்த்திக் கொள்ள முடியும் என்பதை லின்டா அறிவாள். ஒரு கம்ப்யூட்டர் நிலையத்தில் அவளது தந்தை அதிக அளவு சம்பளமுள்ள வேலையில் இருந்தாலும், அவளது வீட்டில் எந்தவித ரோபாட்டும் இல்லை.

அவளது புதிய இல்லத்தில் லின்டா விரைவிலேயே இத்தகைய மனிதன் _ போன்ற எந்திரங்களைப் பயன்படுத்தத் தொடங்கினாள். அவை தோற்றத்தில் அலங்கோலமாக இருந்தாலும், அன்பான செயலாற்றல் கொண்டவை, மிகத் திறமையான வேலையாட்கள். 'மானுமெண்ட்' எனப் புனைபெயர் கொண்ட ரோப் விஷயத்திலும் அது உண்மையாக இருந்தது. அது எப்படியோ நியூமோர் ஜூனியர் குறித்து மனப்பூர்வமான வெறுப்பை ஏற்படுத்திக் கொண்டது.

ரோப், குழந்தைகளைப் பார்த்துத் தலையசைத்து, பிறகு முழங்காலிட்டுக் குனிந்து உடைந்த சில்லுகளைப் பொருக்கத் தொடங்கினான்.

"பெரு வெள்ளத்தை உனக்கு நினைவிருக்கிறதா, ரோப்?'' நியூம் கேட்டான்.

"பெரு வெள்ளமா?'' ரோபாட் கேட்டான். அவனது கொடுக்குப் போன்ற கைகள் இன்னமும் அந்தரத்தில் நின்று கொண்டிருந்தன. அப்பையன் மிக நன்றாக அறிந்திருப்பது போல, வீட்டுக் காரியங்களுக்கு சம்பந்தமில்லாது போகும் இத்தகைய வினாக்கள் எப்பொழுதுமே இம்மாதிரியாக ரோபாட்டைப் பாதித்தது.

"ஆமாம், நோவா இருந்தபோது வெள்ளம்'' என்று அப்பாவித்தனமான தோற்றத்தோடு திரும்பக் கூறினான் நியூம்.

ரோபாட் தனது நினைவுப் பொறியைத் தேடினான்.

நீண்ட இடைவெளிக்குப் பிறகு அவன் இறுதியாக ஏற்றுக் கொண்டான், "எனக்கு நினைவில்லை.''

"அது விநோதமானது. நீ அவசியம் நினைவு வைத்திருக்க வேண்டும்.''

"நான் ஏன்?'' 'மானுமெண்ட்' ஆர்வத்தோடு உசாவினான்.

“ஏனெனில் நீ தான் முதுபேராளன்!” சிரித்தபடி கூறிய நியூம் முழங்காலிட்டு நின்ற ரோபாட்டின் பரந்த தோளைத் தட்டிக்கொடுத்தான்.

“அவனை விட்டுவிடு, நியூம்” லின்டா கூறினாள்.

தன்னைக் கேலி செய்வது அவனது பழக்கம் என்பதைப் புரிந்து கொண்டு, கைமேல் உள்ள பணியினைச் செய்வதற்காக ரோபாட் சென்றான்.

உண்மையில், அது மிகப் பழைய மாதிரி. ஆனால் மூத்த நியூமோர், பணக்கார வாடிக்கையாளர்களை உற்சாகப்படுத்தும் விதத்தில் மாதந்தோறும் புதிதாக அறிமுகப்படுத்தப்படும் ரோபாட்டுகளுக்காக பழையதை மாற்றுவதை உறுதியாக எதிர்த்தார்.

மிகப் பழைமையானது என்பதாலும் விருந்தினர்கள் முன்னால் நம்பிச் செய்ய முடியாதபடி அவமானப்படுவதாலும், அவர்களது எந்திரமயமான வேலையாட்களை மாற்றியிருக்க வேண்டும் என நியூமின் தாயார் நீண்ட காலமாகவே புகார் செய்து வந்தார்.

“அன்பே, தயவுசெய்து புரிந்துகொள். நீண்ட நேரத்தை வீட்டிற்கு வெளியே தான் செலவிடுகிறேன். மேலும் விண்வெளிப் பயணத்திற்குப் பிறகு நான் திரும்பவும் ஒவ்வொரு முறையும் - கடுமையான நேரங்களில் எல்லாம் முடிந்த மட்டும் - வீட்டில் எதுவும் மாறாதிருப்பதை ஏக்கத்தோடு காண்கிறேன். பயணத்தின்போது உன்னையும், நியூமையும், லின்டாவையும் நான் நினைக்கிறேன். மேலும் சென்ற முறை பூமியிலே நான் உங்களைப் பார்த்தது போலவே பார்க்க வேண்டுமென்று கற்பனை செய்கிறேன். நமது வீட்டில் மாற்றங்கள் ஏற்படுவதை நான் விரும்பவில்லை. தோட்டத்தில் உள்ள கடைசிப் பூ முதல் சுவரில் உள்ள ஆணி வரை எல்லாம் அப்படியே நிலைத்திருக்க வேண்டும் என நான் விரும்புகிறேன்.”

“ஆனால் இது ரோபுக்கு என்ன செய்யும்?”

“ரோப் நமது குடும்பத்தின் ஓர் அங்கம், ஏறத்தாழ நம் குடும்பத்தில் ஒருவன். நான் சிறுவனாக இருந்தபோது அவன்தான் எனது வளர்ப்புத்தாய். எப்படி அவனை ஓட்டை உடைசல் குவியலோடு நான் தள்ள முடியும்?”

“மிகவும் நல்லது” என்று அவர் மனைவி ஒருவித பெருமூச்சுடன் கூறவும், விஷயம் அதோடு முடிந்தது.

சிதறல்களைப் பொறுக்கி எடுப்பது முடிந்து 'மானுமெண்ட்' அறையை விட்டு வெளியேறும் வரை லின்டாவும் நியூமும் அமைதியாக இருந்தார்கள். ரோபாட் தாமதமாக வேலை செய்தான். அவ்வப்பொழுது ஆர்வக்குறைவோடு சில அருவருப்பான தோற்றங்களிலும் நின்றான். ஆனாலும் அவன் தனது வேலையை முழுமனத்தோடு செய்தான் என்பதை யாரும் மறுக்க முடியாது.

எஞ்சிய உடைத்த குவளைத் துண்டுகளை எடுத்த பிறகு, ரோப் எழுந்து அறையை ஒரு பார்வை பார்த்துவிட்டு அறையின் மூலையை நோக்கி நகன்றான். நியூம் அதன் வழியை மறைத்து நின்றான். ஆனால் ரோபாட் அவனைச் சுற்றிக் கொண்டு சென்று, மூலையில் கிடந்த கடைசித் துண்டை எடுத்தான். நியூம் தான் அதை அங்கு எத்திவிட்டான். பிறகு கதவை நோக்கி வாத்துப் போல நடந்து சென்றான்.

ரோபாட்டுக்குப் பின்புறம் கதவு சாத்தப்பட்டதும் நியூம் உளப்பூர்வமாகச் சொன்னான் : "வாழ்த்துக்கள், ஜிஞ்சர். நீ சோதனையில் வென்று விட்டாய்."

"அது என்ன சோதனை?" நியூம் மீண்டும் ஏதாவது தந்திரம் செய்வானோ என எதிர்பார்த்தபடி, லின்டா கவலையோடு கேட்டாள்.

"விசுவாசத்திற்கு ஒரு சோதனை!"

"நீயும் உனது சோதனைகளும்" லின்டா கேலி செய்தாள். ஆனால் அவள் தனக்குள் அதைக் கேட்க மகிழ்ந்தாள்.

நியூம் அவள் கையைப் பற்றினான். லின்டா திடீரென்று முகம் சிவந்து போனாள்.

"சிவந்த தலை முடியைக் கொணடவர்கள் நாணும் போது அழகாக இருக்கிறது என்பது உனக்குத் தெரியுமா" என்று அவன் உணர்ச்சியற்றுக் குறிப்பிட்டான்.

லின்டா தனது கையை விடுவித்துக் கொண்டு அறையை விட்டு வெளியே ஓடினாள்...

... இது நியூமோர் சீனியரின் கடந்த வருகையின்போது நடந்தது.

வீடு மகிழ்ச்சியில் திளைத்தது, இன்னும் அதனது பழைய சுவர்கள் கூட மேலும் பளபளப்பாக இருந்தன.

ஒவ்வொருவருக்கும் பரிசுகள் கிடைத்தன.

எல்லாவகையான காலநிலையிலும் வெப்ப நிலையை ஒரே மாதிரியாக வைத்திருக்கின்ற ஒரு குறிப்பிடத்தக்க மேற்சட்டை தாயாருக்குக் கிடைத்தது.

தொலை தூரத்துக் கோளிலிருந்து வந்த இனிப்புகள் நிறைந்த பெட்டி ஒன்றை லின்டா பெற்றாள். சற்றே கசப்பான, வாதுமைக் கொட்டையை நினைவூட்டுகின்ற அதன் சுவையை இன்னும் அவள் நினைவு வைத்திருக்கிறாள்.

ஆனால் நியூமிற்குத்தான் மிக அற்புதமான பரிசு கிடைத்தது. அது வெறும் பொம்மையோ மற்றும் சிறு பொறியோ அல்ல. தந்தை விளக்கியபடி அது அற்புதமான 'எல்லாம் காணுகிற கண்' ஆகும். அதனால் மனிதக் கண்ணிற்குப் புலப்படாத அடிப்பரப்புகளைக் கூடக் காண முடியும்...

அது சாதாரண கால்பந்தைப் போன்ற அளவும் அமைப்பும் கொண்டது. அதன் மேற்பரப்பு கம்பளி போன்றது, அது தாளத்தோடு ஓசை எழுப்பும்.

"அது சுவாசிப்பது போலத் தெரிகிறது..." என லின்டா முணுமுணுத்தாள். அவள் பார்வை பந்தை நெருக்கமாகப் பார்த்தது.

அப் பரிசைக் கையில் உணர்ச்சியற்றபடி பிடித்த வண்ணம், "அது உயிரோடு இருக்கிறதா, அப்பா?" வியாபார நோக்கோடு நியூம் கேட்டான்.

ஒரு நீண்ட விரிவான விவாதம் தொடர்ந்தது. இதிலிருந்து லின்டா சரியாகப் புரிந்து கொண்டது ஏதுமில்லை. 'பன் முகப்பட்ட வடிவம்' என்ற வார்த்தைகளையும், அது போலவே அவளுக்குத் தெரியாத வேறு சில வார்த்தைகளையும் அவள் நினைவு வைத்திருந்தாள். மறுபுறத்தில், தேவையான எல்லா விவரங்களையும் தந்தையிடமிருந்து வரவழைத்துக் கொண்டதால் நியூம் எல்லாவற்றையும் புரிந்து கொண்டு, 'உயிருள்ள கண்ணை' தனது அறைக்கு எடுத்துச் சென்றான்.

சற்று நேரத்திற்குப் பிறகு...

சற்று நேரத்திற்குப் பிறகு லின்டா பெற்ற அனுபவம் அவளை இப்பொழுது கூட, பதினோர் ஆண்டுகளுக்குப் பிறகு நினைத்துப் பார்க்க வெறுப்பை ஊட்டியது, அந்த இருபத்து ஐந்து வயதுப் பெண்ணுக்கு.

அன்று இரவு விரிவான வரவேற்புக் கூடத்தில் அவர்கள் சிற்றுண்டி சாப்பிட்டார்கள். மெதுவாக நகரும் ரோபாட் தந்தைக்கு விருப்பமான உணவை, வறுத்த சுறாமீனின் ஈரலைப் பரிமாறினான். தனது தாயாரது வேண்டடத்தகாத பார்வைகளைத் தவிர்ப்பதற்காக, நியூம் பெரிய துண்டுகளை விழுங்கிக் கொண்டிருந்தான் : தனது இருப்பிடத்திற்கு விரைந்து போவதற்காக.

விருந்து முடிந்த உடனேயே, நியூம் லின்டாவின் கையைப் பற்றி அவள் காதில் முணுமுணுத்தான் :

“என்னுடன் வா. அருமையான ஒன்றை உனக்குக் காட்டுகிறேன்.”

தனக்குப் பின்புறமுள்ள கதவை கவனமாக சாத்தியபொழுது, லின்டா காப்டனின் ஆரம்ப வாக்கியத்தைக் கேட்டாள் :

“எனது சைபர்நடிக் வல்லுநர், போன பயணத்தின் போது இசை அமைக்கக் கற்றுக் கொண்டதை உன்னால் கற்பனை செய்ய முடிகிறதா...”

இன்னமும் அவள் கையைப் பற்றியபடி தனது அறைக்கு நியூம் அவளை அழைத்துச் சென்றான்.

தனது கண்ணில் பட்ட அக்காட்சியைக் கண்டு மகிழ்ச்சியுற்றவளாக, அவள் கதவோரத்திலேயே நின்றாள். நியூம் மின்விசையைப் போடவில்லை. அரை குறை இருட்டாக இருந்தது. சன்னலுக்கு அருகே மூலையில் நியூம் தனது எழுது மேசையை போட்டிருந்தான். பௌதிக, கணிதப் பாடப்புத்தகங்கள் மற்றும் முழுதும் கிறுக்கப்பட்ட தாள்கள் (அவன் குறிப்பேடுகளை வெறுத்தான்) மேசைமீது குவியலாகக் கிடந்தன _ அங்கே, மூலையில் நீல ஒளி வண்ணத்தை மினுமினுத்துக் கொண்டிருந்தது.

அவள் அருகே சென்றாள்.

அப் பந்து பிரகாசமான ஒளியை உமிழ்ந்து கொண்டிருந்தது. ஆனால் அது கண்களுக்கு ஊறு ஏதும் செய்யவில்லை. ஒவ்வொரு சிறு உரோமமும் ஒரு சிறிய வானவில், போதுமான வண்ணங்களில் ஆடிக் கொண்டும், அசைந்து கொண்டுமிருந்தது.

“நான் அதைத் தொடலாமா?”

“தொடலாம்.”

"ஓ, ஒரு பூனையைத் தொடுவது போல இருக்கிறது!"

"உண்மையில் ஒரு பூனைதான்!" நியூம் இறுமாப்போடு கத்தினான். "பயோ கூறுகளைக் கொண்டு செய்யப்பட்ட இது ஒரு சிக்கலான கருவிதான். நான் அதைத் தனியாக எடுத்து பிறகு அதைப் போலவே சரியாக ஒன்று செய்வேன்."

"எதற்காக நீ செய்ய விரும்புகிறாய்?"

"அதுவே பெருந்தொகை பிடிக்கும். இந்தப் பந்து பூமியிலுள்ள பல்வேறு கருவிகளின் தன்மைகளை உள்ளடக்கியது - உயிருள்ள கண், எக்ஸ்ரே கருவி மற்றும் அது போல பிற."

"நியூம், அதனால் உண்மையிலேயே எதையும் ஊடுருவிக் காண முடியுமா?"

"ஜிஞ்சர், நீ அதை நம்பவில்லையா? நான் உனக்கு அதைக் காட்டுகிறேன்" என்று கூறி விசித்திரமாகப் புன்னகை செய்தான் நியூம்.

ஒளிவிடும் கோளத்தின் ஏதோ ஒரு பகுதியை அழுத்தினான் - பந்து பேசுவதற்குத் தொடங்கியது!

இதனை எதிர்பாராதபடி அப்பெண் நடுக்கமுற்றாள், அவளது தோள் அசைவுற்றது.

அந்தப் பந்து லின்டாவைப் பற்றிப் பேசிக் கொண்டிருந்தது.

அழுத்தமற்ற குரலை, ரோபாட்டினுடையதைப் போன்று அது பெற்றிருந்தது.

தன்னைப் பற்றி 'எல்லாம் காணுகிற கண்' என்று நியூமோர் அழைப்பது போல அது கூறிய ஒவ்வொரு வார்த்தையையும் லின்டா இன்று வரை நினைவு வைத்திருக்கிறாள். மேலும் அது கூறியதெல்லாம் மிகவும் அபத்தமாகவும், கீழ்த்தரமாகவும் அவளுக்குத் தோன்றியது. அப்போது இறுதியாக அவள் வெறுப்போடு "நிறுத்து!" எனக் கத்தினாள்.

பந்து அமைதியாகிப் போனது.

லின்டாவின் கண்களிலிருந்து கண்ணீர் கொட்டியது. அவள் நியூமை முறைத்தாள். அவனோ அவளைச் சிரிக்க வைக்க முயன்றான். தனது கண்ணீரைத் துடைத்துக் கொண்டு நடைக்கூடத்தை நோக்கி நடந்தாள். ஒரு நொடியில் நியூம் அவளோடு சந்து செய்து கொண்டான்.

வரவேற்பு அறையில் அவர்கள் நுழைந்தபோது, நியூமோர் சீனியர் கூறிய கதையை அங்கு கூடியிருந்தவர்கள் மிகுந்த கவனத்தோடு கேட்டுக் கொண்டிருந்தார்கள்.

...அடுத்த நாள் காலையில் பந்து தனது வாழ்வை முடித்துக்கொண்டது. அது எவ்வாறு வேலை செய்கிறது என்பதை அறியும் பொருட்டு, பந்தைத் தனியாகப் பிரித்து நியூம் கெடுத்துவிட்டான். அது குழந்தை பொம்மையைப் பிரித்து விளையாடுவது போல இருந்தது.

சில நாட்களுக்குப் பிறகு துரதிர்ஷ்டம் நிகழ்ந்தது. விண்வெளியாளர் நியூமோர் மறைந்து போனதை அவர்கள் அறிந்தார்கள். இப்போது ஒவ்வொன்றையும் நியூமே பார்த்துக் கொள்ள வேண்டியிருந்தது. விஞ்ஞானத்தில் அவன் ஆழ்ந்த அக்கறை கொண்டிருந்ததனால், மற்ற எதிலும் அவன் ஆர்வம் காட்டவில்லை.

லின்டா தன்னை நேசிக்கிறாள் என்பதை அவன் அறிந்து கொள்ளவில்லை. அவனது கருத்துவேறுபாடு அவளுக்கு மிகுந்த துன்பம் தரும் ஒன்றாக இருந்தது.

அவனுக்கான நியாயங்களை லின்டா தேடவும் கண்டுபிடிக்கவும் செய்தாள். அவன் தன் மனத்தில் மிக முக்கியமானவைகளைக் கொண்டிருந்தான். எதார்த்தமாகவே அவன் ஒரு புத்திக்கூர்மையான இளைஞன். மேல்நிலைக் கணிதங்களை அவன் தானாகவே கற்றுத் தேர்ந்தான். பல்வேறு திருகுகளுக்கிடையே உள்ள வேறுபாட்டுச் சமன்பாடுகளை அவன் பிரித்துக் காட்டினான். மனித இயல்பின் குறைபாடுகளைப் பற்றி அன்றொரு நாள் அவன் அவளிடம் கூறவில்லையா? அதில் விலங்கு பற்றி மிக அதிகமிருந்தது. அவன், நியூமோர், அதிகமாகவோ குறைவாகவே, மனித இயல்பைச் சீர்படுத்துவது பற்றித் திட்டமிட்டுக் கொண்டிருந்தான். ஒருவகையில் ஒரு சாதாரணப் பெண்ணுக்காக அவனுக்கு நேரங்கூட இல்லை.

“ஒவ்வொரு மனிதனிடமும் நல்லதும் கெட்டதுமான கூறுகள் இருக்கத்தான் செய்கின்றன. நீ இதை ஒத்துக்கொள்ளவில்லையா?” என்று நியூம் ஆவேசமாகப் பேசினான். “கெடுமதியாளர்கள் என்று தனித்து யாருமில்லை, ஒவ்வொருவரிடமும் ஏதாவது நல்ல பண்புகள் இருக்கவே செய்கின்றன. கட்டாயம் வீழ்ச்சியடையும் எல்லாவகை கறுப்புப் போக்கிரிகளை நீ நாவல்களில் மட்டுமே காண முடியும். ஒரு மனிதனிடமுள்ள தீயவற்றிலிருந்து நல்லதைப்

பிரிப்பது இயலுமா என்று நான் வியந்து கொண்டிருக்கிறேன். ஒரு கெட்ட பல்லைப் பிடுங்குவது போல, கெட்ட கூறுகளை நீக்கினால் எது எஞ்சும் என்பது உண்மையிலேயே அருமையானது...''

“நீ அதை எவ்வாறு செய்ய முடியும்?'' லின்டா கேட்டாள்.

நியூமோர் குலுங்கினான் :

“நான் ஒரு திட்டம் வைத்திருக்கிறேன். ஆனால் அது இன்னமும் தெளிவாகவில்லை.''

“என்ன திட்டம்?'' என அவளிடம் அவனைப் பேசவைப்பதற்காகக் கேட்டாள்.

மூளையின் இரு பெரும் பிரிவுகள், இன மரபு அணுக்கோல்கள், துகள்கள், எதிர்துகள்கள் ஆகியவைகளைப் பற்றி லின்டாவின் தலை சுற்றும் வரை ஆர்வத்தோடு பேசிக் கொண்டிருக்கத் தொடங்கினான்.

கடைசியில் தனது விளக்கங்களை அவள் எடுத்துக் கொள்ளவில்லை என்பதை நியூமோர் அறிந்தவுடன் நிறுத்தினான். பிறகு சிரித்தபடி கூறினான் :

“ஜிஞ்சர், உனது தலை கட்டாயம் வில்சன் சேம்பர் போல அந்நேரத்தில் இருந்திருக்க வேண்டும்.''

“அது என்ன?'' லின்டா கலக்கத்தோடு கேட்டாள்.

“நுண்ணிய பொருள்களைப் படிக்க பௌதிக விஞ்ஞானிகள் பயன்படுத்தும் ஓர் அறை.''

“மேலும், அதனோடு எனக்கு என்ன தொடர்பு?''

“நல்லது, உனக்குத் தெளிவாக விளங்கும்படி நான் அப்படிச் சொல்லப் போகிறேன்... வில்சன் சேம்பரின் விசையை அவர்கள் தட்டுகின்ற போது அதில் ஒருவித மூடுபனி நிரம்பும்'' என கேலியாக நியூமோர் கூறினான்.

ஆனால் லின்டா குறைபட்டுக் கொள்ளவில்லை. இல்லவே இல்லை. நியூம் அவளைப் புண்படுத்த விரும்பவில்லை என்பது முற்றிலும் தெளிவாகத் தெரிந்தது.

தனக்குத் தானே நம்பாது இருந்தாலும், லின்டா நியூமோரைக் காதலிக்கிறாள். மேலும் நியூமோரின் நிலை என்ன? அவன் அவளை நேசித்தானா? தோற்றத்தில் காணப்படுவது போல அவன் அவளோடு முழுமையாக மாறுபட்டிருக்கவில்லை என்று அவளது

உணர்வு அவளுக்குக் கூறியது. ஆனால் அவன் தனது உணர்வுகளை ஒருபோதும் காட்டவில்லை. அவன் பௌதிகம், உயிரியல், கணிதம் இவற்றோடு மட்டுமே நெருக்கமாக இருந்தான். இதற்கிடையில், விஞ்ஞான எல்லையில் தோன்றியிருக்கும் ஒரு புதிய ஒளிப்பிழம்பில் ஆர்வங்கொண்டுள்ள பெண்கள் கூட்டத்தை அவன் அறிவான்.

ஒரு பெண்ணினுடைய எதிர்காலத்தைப் பொருத்தமட்டில் அழகு மட்டும் போதாது என்பதையும் லின்டா உணர்ந்தாள். பணமும் பெற்றிருக்க வேண்டும் என்பதை முதல் முறையாக வருத்தத்தோடு உணர்ந்தாள். ஆகவே நியூமோர் இல்லத்தைவிட்டு வெளியேற முடிவு செய்தாள். பிறகு தனது சொந்த வழியைத் தேடிக் கொண்டாள்.

உடனேயே ஒரு தரமான வேலை அவளுக்குக் கிடைத்த வகையில் அதிர்ஷ்டக்காரிதான். ஒரு பெரிய டிபார்ட்மெண்டல் ஸ்டோரில் - ஏ. எஃப். - 'ஆல் பாஃர் ஆல்' (எல்லாருக்கும் எல்லாம்) பெண் விற்பனையாளரானாள்.

பல ஆண்டுகள் கடந்தன.

நியூமோர் ஒரு பிரபல விஞ்ஞானியானான். மனித இயல்பை முன்னேற்றக் கூடிய அதே பிரச்சனையில் அவன் இன்னமும் தன்னை ஈடுபடுத்திக் கொண்டிருந்தான். அவர்களது அரிய சந்திப்புக்களில் ஒன்றில் அவன் லின்டாவிடம், சோதனைகளில் மிகுந்த பணம் செலவழிவதாகவும், மேலும் தனது பணம் முழுவதையும் அதில் மூழ்கடித்துக் கொண்டிருப்பதாகவும் கூறினான்.

ஒருமுறை எதிர்பாரா விதமாக அவர்கள் ஒரு சிற்றுண்டிச்சாலையில் சந்தித்தார்கள். இறைச்சி இடையீட்டு ரொட்டிக்காக லின்டா உள்ளே நுழைந்தாள். போதுமான அளவு உள்ள அவளது சேமிப்பு எந்த உதவியாவது செய்ய முடியுமா என்று பயத்துடனே கேட்டாள். அவள் எண்ணிக்கையைச் சொன்னவுடனேயே நியூமோர் சிரித்தான்.

“நீ வேலையை முடித்து விட்டாயா?” நியூமோர் கேட்டான்.

“ஆமாம்.”

“பிறகு நாம் பணத்தோடு போராடிக் கொண்டிருப்பதற்குப் பதிலாக ஒரு திரைப்படம் பார்க்கப் போகலாம்” என்றான் அவன்.

லின்டா தயக்கத்தோடு ஒத்துக் கொண்டாள்.

அண்மையிலுள்ள ஸ்டீரியோ சினிமாவுக்குப் போகும் வழியில் நியூமோரின் முரண்பாட்டை எண்ணி அவள் வியந்தாள். பெரும்பாலான நேரங்களில் அவன் மும்முரமாக இருப்பான், ஒரு நிமிடம் கூட அவனால் ஒதுக்க முடியாது; மேலும் இங்கோ, கோணங்கித்தனமான சிரிப்பு நடிகரையோ மோசமான காதல் கதையையோ பார்க்க ஒன்றரை மணி நேரத்தைச் செலவிட அவன் தயாராக இருந்தான்.

வட்டவடிவமான அந்த அரங்கத்தில் அவர்கள் தங்களது இருக்கைகளைக் கண்டு பிடித்தபோது, நியூமோர் லின்டாவின் கையைப் பற்றினான்.

அக்கறையில்லாது லின்டா திரையைப் பார்த்தபோது தன்னையே அவளால் நம்ப முடியவில்லை. ஓராண்டுக்கு முன்னால், நியூமோர்க்கு அருகில் ஓர் இருண்ட அறையில் அமர்வதையும் அவன் இவளது கையைப் பிடித்திருப்பதையும் மகிழ்ச்சியின் எல்லையாக நினைத்திருக்க முடியும். ஆனால் இப்பொழுது அவள் எதையும் உணரவில்லை. விஷயங்கள் எப்படி மாறுகின்றன!

அவர்களது சாலைகள் பிரிந்து போய்விட்டன. நியூமோர் தனது சொந்த வாழ்க்கையை அமைத்துக் கொண்டான்.

அவளுக்கும் அர்பன் கிடைத்தான்.

அவர்கள் ஸ்டீரியோவை விட்டு வெளியே வந்தபோது, இருட்டத் தொடங்கியது.

“நான் உன்னைப் பல காலமாகப் பார்க்கவில்லை, இஞ்சர்'' என்றான் நியூமோர்.

“நான்கு மாதங்கள் ஒன்றும் பெரிய காலமல்ல'' லின்டா அவனைத் திருத்தினாள். அந்த நான்கு மாதங்களில் நியூமோர் மாறியிருப்பதாக அவள் குறிப்பிட்டாள். அவன் களைத்தும் வெளிறியும் போய் இருந்தான்.

‘அவன் சாவுக்காகத் தானே வேலை செய்து கொண்டிருக்கிறான்' என அவள் நினைத்தாள்.

“படம் எந்த அளவுக்கு உனக்குப் பிடித்திருந்தது?'' அவள் கேட்டாள்.

“அவ்வளவு மோசமில்லை'' ஏதோ கவனக்குறைவாக பதிலளித்தான்.

“நீ ஒரு முறை கூட சிரிக்கவில்லை...”

“ஒருவகையில் நான் துணையற்றுப் போனதாக உணர்கிறேன். லின்டா... தாயார் இறந்துவிட்டார்.”

“ஓ... எப்போது அது நடந்தது?”

“கடைசியாக நாம் ஒருவரையொருவர் சந்தித்துக் கொண்ட உடனே. தந்தைக்காக அவர் பெரிதும் துயருற்றார். அத் துயரம் அவரைக் கல்லறைக்குக் கொண்டு சென்றது. அவரது இதயவலியையும், நினைவுகளையும் நான் போக்கி இருப்பேனேயாகில் அவர் இன்னும் நீண்ட காலம் வாழ்ந்திருப்பார்...”

“ஒரு மனிதனை நினைவுகளிலிருந்து விடுவித்தல் என்பது இயலுமா?” என வினவினாள் லின்டா.

“அப்படித்தான் நான் நினைக்கிறேன். அத்தகைய ஒரு சோதனை விரைவிலேயே அரங்கேறவிருக்கிறது.”

குறிக்கோளின்றி அவர்கள் நடந்தார்கள். குழந்தைப் பருவத்தைப் பற்றி, நியூமோரின் தந்தை குறித்துப் பேசியபடி.

“நியூம், நீ எனது சேமிப்பை மறுக்கக்கூடாது” லின்டா கூறினாள். “அவற்றினால் எனக்கு எந்தப் பயனும் இல்லை. நான் இளமையோடும், நலத்தோடும் இருக்கிறேன். மேலும் எனக்கு நல்ல சம்பளம்...”

“நன்றி, ஜிஞ்சர்! ஆனால் உண்மையிலேயே அவை எனக்குத் தேவைப்படவில்லை. பரம்பரைச் சொத்து ஒன்றை நான் பெற்று வருகிறேன் _ இரண்டரை மில்லியன்.”

“இரண்டரை மில்லியனா?” லின்டா திரும்பக் கேட்டாள். இத்தொகை அவளுக்கு நம்ப முடியாததாக இருந்தது. இவ்வளவு பெரிய தொகையைச் சேர்க்க அவள் எத்தனை பிறவிகள் எடுக்க வேண்டும்? பத்து ஒரு நூறு? கணக்கு அவளுக்கு வெகு தொலைவு.

நியூமோர் கேட்டதன் பேரில் அவர்கள் ஒரு சிற்றுண்டிச் சாலைக்குச் சென்றார்கள்.

“உன்னுடைய பரம்பரைச் சொத்தை நீ என்ன செய்யப் போகிறாய்?” அவர்கள் ஐஸ்கிரீம் சாப்பிட்டுக்கொண்டிருந்த போது லின்டா கேட்டாள்.

“ஓ, நான் அதற்கொரு உபயோகத்தைக் கண்டுபிடிப்பேன்... ஏன், உன்னிடம் ஆலோசனை ஏதும் உள்ளதா?”

லின்டா தலையசைத்தாள்.

“நாம் இதைக் கேட்போம்” நியூமோர் ஆர்வத்தோடு கூறினான். “நான் மிகவும் அக்கறை கொண்டிருக்கிறேன்.”

“முதற் காரியமாக, உன் வேலையை நீ விட்டுவிட முடியும். அது உன்னை மிகவும் களைப்பாக்கி விடுகிறது.”

“ஒரு விறுவிறுப்பான யோசனை...” இந்த யோசனையை மிகவும் கருத்தூன்றியதாகக் காட்ட நியூமோர் முகஞ் சுழித்தபடி கூறினான். “அப்படியானால் எதை வைத்துக் கொண்டு நான் வாழ்க்கை நடத்துவது?”

“உனது முதலிலிருந்து வரும் சதவிகிதத்திலிருந்து.”

“உண்மைதான்! இந்த வாய்ப்பு என் மனத்திலிருந்து முற்றிலுமாக நழுவிவிட்டது.”

“உனக்கு ஏராளமான ஓய்வு நேரம் கிடைக்கும். ஓய்வு நேரம் பெறுவது எவ்வளவு இன்பமானது!”

“அதைக் கொண்டு நான் என்ன செய்யப் போகிறேன்?”

“உண்மையிலேயே அற்புதமானதைப் பற்றி நீ சிந்திக்கலாமல்லவா?”

“எதைப் போல?”

“நீ திருமணம் செய்து கொள்ள வேண்டும்.”

நியூமோர் அவளை நெருக்கமாகப் பார்த்துச் சிரித்தான்.

“நாம் அதனால் எதுவும் செய்து விட முடியாது” அவன் சொன்னான். “இரண்டு மிக வேறுபட்ட நபர்களைப் பார்க்க முடியாது. கோமாளித்தனமான ஜோடியை நாம் உருவாக்குவோம் என்பதை நீ ஒப்புக் கொண்டுதான் ஆக வேண்டும்.”

“வழக்கம் போல நீ கூறுவது சரிதான். அதைப் பார்க்கக் கேலியாக இருக்கும். ஆனால் நான் உன்னைத் திருமணம் செய்து கொள்ளத் தயாராக இருக்கிறேன் என்று எண்ணுவதாக ஒருபோதும் சொல்லவில்லை.”

“பிறகு யார்?”

“ஓ, இந்த உலகத்தில் தேவையான பெண்கள் இல்லாமலா இருக்கிறார்கள்?”

நியூமோர் சில சிறிய நாணயங்களை மேசைமீது போட்டான்.

“எனக்கு நிச்சயதார்த்தம் நடந்துவிட்டது'' அவன் கூறினான்.

“உனக்கா? என்னிடம் ஏன் நீ முன்னமேயே கூறவில்லை?''

“உனக்குத் தெரியும் என்று நினைத்தேன்.''

“எனக்கு எப்படித் தெரியும்?''

“ஆமாம். உன்னுடைய அர்பனைப் போன்ற கவிஞர்கள் சொல்வது போல, எனக்கு நானே எப்பொழுதும் சத்தியம் செய்து கொள்வேன்.''

“அர்பன் ஒரு கவிஞனல்ல, அவன் ஒரு வரகவி.''

“வித்தியாசம் தெரியவில்லை'' என்று கூறிய நியூமோர் தோளைக் குலுக்கினான். “அவனது வேலையை ஒழுங்காகச் செய்கின்றவரை. வெஸ்டர்னில் அவனுக்கு எது எப்படியிருந்தால் என்ன? அங்கு தானே அவன் வேலை செய்கிறான், இல்லையா?...''

“விஷயங்கள் தவறான பாதையில் போகிறது'' வெட்கத்தோடு லின்டா கூறினாள். “நான் கலங்கிய நிலையில் இருக்கிறேன். அது இவ்வாறே நீண்ட காலத்திற்குப் போகுமானால் அவர்கள் அவனை நன்றாகவே சுடுவார்கள். வெஸ்டர்னில் என்ன நிலை என்பது உனக்குத் தெரியும். எந்த முட்டாள்கள்.''

“விஷயங்கள் அம்மாதிரியும் நடக்குமா?''

“ஆம், அவ்வாறுதான் என்று நான் அஞ்சுகிறேன்.''

“ஆனால்... என்ன தவறு?''

“அவன் உடல் நிலை நன்றாக இல்லை. அவனது நரம்புகள் நொறுங்கிவிட்டன. அவன் எல்லாருடனும் சச்சரவு செய்கிறான்.''

“நரம்புகள் என்பது நமது நூற்றாண்டினுடைய வியாதி. நரம்புகள் நொறுங்கிப் போவதிலிருந்து காப்பாற்றும் மனிதனுக்கு சுத்தமான தங்கத்தால் நினைவுச்சின்னம் ஒன்றை மனித இனம் எழுப்பும்.''

“ஆக, அர்பன், நமது காலத்து வியாதியை அதனது மிக மோசமான நிலையில் கொண்டிருக்கிறான் என்பது தெரிகிறது.''

“ஆனால், அறிகுறிகள் யாவை?'' நியூமோர் கேட்டான். மற்றவர்களுடைய விவகாரங்களில் அக்கறை காட்டுவது என்பது இவனுக்குத் துளியும் பிடிக்காது.

“அவன் மனக்குழப்பத்தாலோ, கனவாலோ, வேறு தோற்றத்தாலோ வதைப்படுகிறான். அது என்னவென்று எனக்குத் தெரியாது’’ லின்டா சொன்னாள்.

“தூக்கமில்லாத ஓர் இரவுக்குப் பிறகு ஒருவன் நல்ல வேலையாளாக இருக்க முடியாது. பொருட்கள் அவன் கையை விட்டுப் போய் விடுகின்றன. மேலும் தூக்கமின்மையானது தொடர்ச்சியாக இருந்தால்...’’

நியூமோர் தன் விரல்களால் மேசையில் தாளமிட்டான்.

“ஹ்ூம், மிக்க சுவையாக இருக்கிறது. இந்த எல்லா விஷயங்களையும் அவனே உனக்குச் சொன்னானா?’’

பதில் சொல்வதற்கு மாறாக தனது கைப்பையிலிருந்து முனை மடங்கிய குறிப்பேடு ஒன்றை எடுத்து லின்டா நீட்டினாள். ஒரு பக்கத்தைப் புரட்டிப் பார்த்தபடி நியூமோரிடம் தந்தாள்.

“என்ன இது?’’ சரிவாகக் கீழ்நோக்கி கிறுக்கல் எழுத்தைக் கொண்ட அந்தப் பக்கத்தை வியப்போடு பார்த்தபடி கேட்டான். மிகுந்த சிரமப்பட்டு அதை எழுதியவன் ஒவ்வொரு வாக்கிய ஆரம்பத்திலும் முதல் எழுத்தை பெரிய எழுத்தாக நிறுத்தி எழுத முயற்சித்திருப்பதைக் கண்காணித்தபடி கேட்டான்.

ஒரு மனிதன் சிரமப்பட்டு, தனது தலையை பக்கவாட்டில் சாய்த்துக் கொண்டு, எழுதுவது போல உள்ள படம் ஒன்றை நியூமோர் வைத்திருந்தான்.

“அதைப் படி’’ லின்டா கூறினாள்.

“உரக்கவா?’’

“ஆமாம். ஆனால் மிகவும் சத்தமாக வேண்டாம்.’’ லின்டா அருந்தகத்தை ஒரு பார்வை பார்த்தபடி கெஞ்சினாள்.

சில வாடிக்கையாளர்கள் தங்களது பணிகளிலேயே அக்கறை காட்டியவர்களாக, இந்த ஜோடியைப் பார்க்காமலேயே இருந்தார்கள்.

குறிப்பேட்டைத் தனது கண்களுக்கு அருகில் வைத்தபடி குலுக்கிய வண்ணம் நியூமோர் _ அவன் கிட்டப் பார்வையாளன், ஆனால் கண்ணாடி அணிவதிலிருந்து தவிர்த்துக் கொண்டிருந்தவன் _ படிக்கத் தொடங்கினான் :

ரோஜாப் படுக்கையல்ல அவன் வாழ்வு

வடதிசைக் காற்றே வாழ்வாயிற்று,
கடும் பாதையிலே அவன் நடந்தான்,
மணிகள் முழக்கமே அவன் கேட்டான்.
அவன் கனவுகளே அச்சுறுத்தின
அவனோ அம்முறை விழித்தான்
கனவுதான் என்றறிந்தபோது
கடவுளுக்கு நன்றி சொன்னான்.

“கவிதை எழுதத் தொடங்கி விட்டாயா?'' வியப்போடு நியூமோர் கேட்டான். “அதுபற்றி எனக்குத் தெரியாது. அது முடியும் என்று நான் ஒருபோதும் நினைத்ததில்லை.''

“இவை எல்லாம் அர்பனின் கவிதைவரிகள்.''

“திடீர்க் கவியா?''

“அது சரிதான்.''

“அவன் யாரைப் பற்றி எழுதுகிறான்? அவனைப் பற்றியா?''

“ஆம், இங்கு பார். நியூம் நீ அவனுக்கு உதவி செய்ய வேண்டுகிறேன்'' குறிப்பேட்டைத் தனது பைக்குள் திரும்பவும் போட்டுவிட்டு லின்டா கேட்டாள்.

நியூமோர் சிந்தனை வயப்பட்டவனாகக் காணப்பட்டான்.

“விஞ்ஞானிகளுக்கிடையே நீ தொடர்புகள் வைத்திருக்கிறாய். மருத்துவத் தொழிலிலும் நீ நண்பர்கள் கொண்டிருக்கத்தான் வேண்டும். நான் அறிந்த ஒரே டாக்டர் தோல்வியுற்றவன், தனது சான்றிதழைப் பெறத் தவறியவன்... அவன் என்ன செய்ய முடியும்?'' லின்டா வினவினாள்.

“நீ என்னிடம் சொல்லிக் கொண்டிருப்பதை வைத்துத் தீர்மானிக்கின்ற போது அவனது மனப்பாங்கு கெட்டு விட்டது. மேலும் அவனது கனவுகள் அவ்வளவு மோசமானதாகவும், துயரமிக்கதாகவும் இருந்தன. ‘அவன் கனவுகளே அச்சுறுத்தின, அவனோ அம்முறை விழித்தான், கனவுதான் என்றறிந்த போது கடவுளுக்கு நன்றி சொன்னான்.'' நியூமோர் நினைத்துப் பார்த்துக் கூறி, தனது தலையை அசைத்துக் கொண்டான்.

“பிறகு... நியூம்...'' அப்பெண் ஆர்வத்தோடு கேட்டாள்.

“இப்பொழுது என்ன?”

“அர்பன் எனக்காகக் கவிதை எழுதினான். யாரிடமும் காட்டுவதில்லை என்று உறுதி கூறியிருக்கிறேன்.”

லின்டா வெட்கினாள்.

“கவலைப்படாதே, ஜிஞ்சர். உனது ரகசியத்தை நான் காப்பாற்றுவேன்...”

“நீ அர்பனுக்கு உதவ முடியுமா?”

“நான் முயற்சிக்கிறேன். ஆனால் வெற்றிக்கு என்னால் உறுதிதர முடியாது. என்னால் முடிந்தவற்றை எந்தவகையிலும் நான் செய்வேன்.”

லின்டா எழுந்தாள்.

“நன்றி. இப்போது உன்னுடைய மண ஒப்பந்தத்திற்காக வாழ்த்துச் சொல்ல விரும்புகிறேன். அவள் யாரென்று உன்னால் எனக்குச் சொல்ல முடியுமா?”

“அவள் பெயர் அறிவியல்.”

லின்டாவின் முகம் ஆழச் சிவந்தது.

“உன்னுடைய கேலிகளை ஒரு தடவையாவது எனக்காக ஒதுக்கி வைக்க முடியுமா?”

“இது கேலியல்ல, லின்டா. நான் அறிவியலுக்கு உறுதி தந்திருக்கிறேன், எனக்கு வேறு வாழ்க்கைத் துணை வேண்டாம் என்று. ஆனால் நான் உன்னோடு நட்புடன் இருக்கவே விரும்புகிறேன்.”

அந்த அருந்தகத்தை விட்டு அமைதியாக அவர்கள் வெளியேறினார்கள்.

நடந்து போய்க் கொண்டிருக்கும் போதே, நியூமோர் குறிப்பிட்டான் :

“என் அன்பே, அர்பனைப் பற்றி ஒரு வகையில் நீ வேகமாகவே இருக்கிறாய் என்று எனக்குத் தெரிகிறது.”

“அப்படித்தான் தோன்றுகிறது” அடித்தொண்டையில் லின்டா விடையளித்தாள்.

“உங்களுக்கு இது கஷ்ட நேரம்...”

சிறிய இடைவெளிக்குப் பிறகு, “தனது கூட்டிலிருந்து விழுந்த சிறு பறவைபோல, அர்பன் தற்காத்துக் கொள்ள முடியாதவன். மற்றும் சில வேளைகளில் அவன் எந்தக் காரணமுமின்றி பிடியிலிருந்து ஓடுவான்... ஒரு வகையில், பிற்பாடு அதற்காக அவன் வெட்கப்படுவான்.''

“ஒரு புதுமையான குணாம்சம்.''

“எல்லாரையும் கூர்மதியாளர்களென்று நாம் கூற முடியாது.''

“ஒருவன் கூர்மதியாளனா, இல்லையா என்பதில் என்ன இருக்கிறது?'' சிந்தனையோடு நியூமோர் கூறினான். “நாமெல்லாம் ஒரே பொருளால் ஆனவர்கள் தான் இல்லையா? ‘எல்லாம் காணுகிற கண்’ இந்த இடக்குறி குறித்து உன்னிடம் என்ன சொன்னதோ, நீ நினைவில் வைத்திருக்கிறாயா?''

லின்டா உணர்ச்சிவயப்பட்டாள்.

“நீ வெறுக்கத்தக்கவன்'' கோபத்துடன் முணுமுணுத்தாள்.

கணக்கற்ற வீட்டுச் சுவர்கள் அவர்களைக் கடந்தன.

“எண்ணற்ற முறை நான் கூறியிருக்கிறேன். அதை நான் திரும்பவும் கூறுகிறேன், ஜிஞ்சர். ‘எல்லாம் காணுகிற கண்’ உன்னைச் சங்கடத்தில் வைக்கும்படி எதுவும் சொல்லவில்லை...''

“நீ வெறுக்கத்தக்கவன்.''

“ஒருவேளை அவ்வாறிருக்கலாம்'' சாந்தப்படுத்தும் வகையில் நியூமோர் கூறினான். “ஆனால் நமது உலகம் அப்படிப்பட்டது _ வெறுப்பும் தீமையும் கொண்டது. உண்மையும் அப்படியே. அது எனது குற்றமா?''

“நான் உலகைப் பற்றி மாறுபட்ட கருத்துக் கொண்டிருக்கிறேன்.''

“அதாவது சிவப்பு வர்ணமிட்ட கண்ணாடிகளின் வழியாக நீ பார்க்கியாய். தீக்கோழி போல நீ உனது தலையை மண்ணில் புதைத்துக் கொள்கிறாய். அர்பனைப் பற்றி மேலும் விவரங்களையும், அடையாளங்களையும் கூறு.'' திடீரென்று கூறி முடித்தான் நியூமோர்.

லின்டா கூறுவதை கவனமாக, அவ்வப்பொழுது திருப்தியுடன் தலையசைத்தபடி, தனது சில ரகசிய எண்ணங்களை, அவள் கூறுவது உறுதிப்படுத்துவதாக உள்ளது என்பது போல அவன் கேட்டான்.

லின்டா தனது கதையைக் கூறி முடித்ததும், ''நம்மால் செய்ய முடிந்தது இதுதான். அர்பனுக்கு என்னை அறிமுகம் செய்துவை. அவனுக்கு என்ன செய்ய முடியும் என்பதை நான் பார்த்துக் கொள்கிறேன்'' என்றான்.

அவர்கள் நகரும் பாதை ஒன்றிலிருந்து மற்றொன்றாக மாறி, மெல்ல நகர்கின்ற ஒன்றை அடைகின்றவரை மாறிச் சென்று, லின்டா வசிக்கின்ற தெருவுக்கு அருகே கீழே இறங்கினார்கள்.

அது ஒரு குறுகிய தெரு. தாடையில் பற்கள் நிற்பன போல ஒன்றோடு ஒன்று நெருக்கமாக நின்ற பழைய வீடுகளால் உருவாகியிருந்தது.

''ஒரு புகழ்பெற்ற விஞ்ஞானியாகிய நீ நகரும் பாதையில் ஒரு சாதாரண பொறியியலாளன் போல பயணம் செய்கிறாய்.'' லின்டா வன்மத்துடன் குறிப்பிட்டாள். ''இப்பொழுது உன்னிடம் ஏராளமான பணம் இருக்கிறது. உனக்காக ஏன் நீ ஒரு கார் வாங்கிக் கொள்ளக் கூடாது?''

''வேறு காரியங்களுக்காக எனக்குப் பணம் தேவைப்படுகிறது ஜிஞ்சர்'' அவன் கூறினான். ''எனக்கு ஒரு திட்டம் உண்டு என்று நான் உன்னிடம் இன்றைக்கு ஏற்கெனவே கூறியிருக்கிறேன். மிக அதிகமான தொகை பிடிக்குமோ என்று அஞ்சுகிறேன்.''

லின்டா தனது பாதையில் நின்றாள்.

''மற்றுமொரு சோதனையில் நீ நிச்சயமாக உனது பணம் முழுவதையும் மூழ்கடிக்கப் போவதில்லை?''

''மூழ்குவது சரிதான், ஜிஞ்சர்'' என்று உறுதியளித்தபடி நியூமோர் லின்டாவின் தோளில் தனது கையை வைத்தான். ''நான் அஞ்சுவதெல்லாம், அப்பணம் போதுமானதாக இருக்காது என்பது தான்.''

''நீ ரொம்ப ஆசைபிடித்தவன்!''

''இதைக் கொஞ்சம் கேள்!'' நிதானமாக நியூமோர் கூறினான். ''நான் வெறுக்கத்தக்கவன், இப்பொழுது நான் பேராசைக்காரனும்கூட. ஒரு மனிதனுக்கு இவையொன்றும் அதிகக் கேடுகள் இல்லை?....''

''உன்னைக் குற்றம் சாட்டுவதாக நான் கருதவில்லை.''

''அதெல்லாம் சரிதான்.''

சில நொடிகள் அவர்கள் அமைதியாக நடந்தார்கள்.

“நியூம். உன்னை என்னால் முற்றிலுமாகப் புரிந்து கொள்ள முடியாது என்பது உனக்குத் தெரியும்'' அமைதியை முறித்தபடி அப்பெண் இறுதியாகப் பேசினாள். “எதார்த்தமாக... அதற்காக நான் முயற்சிக்கவும் இல்லை. எனக்கு நீ ஒரு தீர்க்க முடியாத பிரச்சினைதான். அல்லது எண்ணற்ற தீர்வுகளைக் கொண்ட ஒன்று.''

பாதி உண்மையாகவும், பாதி பாதிக்கப்பட்டும் நியூமோர், “ஏன் எப்போதுமே என்னால் புரிந்து கொள்ள முடிவதில்லை'' என்றான்.

“இருப்பினும், நீ ஒரு கார் வாங்கியாக வேண்டும் என்று நான் நினைக்கிறேன்'' என்று விஷயத்தை மாற்றி லின்டா பேசினாள்.

“நான் ஒரு கார் பெற்றுக் கொள்ளத்தான் போகிறேன். எனது மதிப்புமிக்க பணிகளுக்காக நிறுவனம் எனக்கு ஒன்று தரவிருக்கிறது.''

அவர்கள் லின்டாவின் வீட்டை நெருங்கினார்கள்.

“குட்பை, ஜிஞ்சர்.''

“குட்லக், நியூம்.''

சில படிகளை ஏறிய பிறகு லின்டா நின்று திரும்பிப் பார்த்தாள்.

“உன்னுடைய புதுக் காரில் என்னை ஒருமுறை கூட்டிச் செல்வாயா?''

“நிச்சயமாக'' என்றான் நியூமோர். தனது கையை அசைத்து, போவதற்குத் திரும்பினான்.

படிகளில் ஏறிய பொழுது லின்டா அர்பன் பற்றி நினைத்தாள். நியூமோர் இவளுக்கு ஜிஞ்சர் என்று பட்டப் பெயர் சூட்டியது போல, அர்பன் இவளுக்கு வைத்த செல்லப் பெயர் ஜிப்சி. இதே மாடிப் படியில் போன முறை இவர்கள் ‘குட்பை' சொன்ன பொழுது அர்பன் கூறினான் : “லின்டா, நான் உனது அடிமை. உன் அன்பு இதயத்தின் அடிமை.''

இல்லை, அவள் அர்பனை மணந்திருந்தால் ஒரு சொந்தக் கார் வைத்திருக்கும் வளம் அவர்களுக்கு இருக்காது. நிறைந்த பணமும் இருக்க முடியாது. ஆனால் அதுவா விஷயம்? சுரங்கப் பாதையில்

நடப்பதையோ, நகரும் பாதைகளில் செல்வதையோ விடுமுறை நாட்களில் டாக்ஸியைப் பிடிப்பதையோ அவள் பொருட்படுத்தவில்லை. பணம் ஒரு பொருட்டே அல்ல.

கட்சித் தொண்டர் அளவிலான என்ஜினியரான அந்நாகரிக மனிதனிடம் ஏன் நியூமோர் திடீரென்று அத்தகைய ஆர்வத்தைக் காட்டினார்? நீண்ட கால மதிப்பீடு இல்லாமலோ, நோக்கமில்லாமலோ நியூம் எதையும் செய்ததில்லை. அவள் அவனிடத்தில் அர்பனின் கவிதையைக் காட்டியிருக்கக் கூடாது. ஒரு ஏழையைக் கேவலப்படுத்த அது அடித்தளமிட்டுவிட்டது.

“பரவாயில்லை. நான் அவர்களை அறிமுகம் செய்து வைப்பேன். அதன் பிறகு ஆர்பி தன்னைப் பார்த்துக் கொள்வான்.'' பையிலிருந்து சாவியை வெளியே எடுத்தபடி அவள் தீர்மானம் செய்தாள். “அவன் எப்போதுமே நியூமின் உதவியை மறுத்தே இருக்கிறான்.''

துருப்பிடித்த பூட்டின் உள்ளே பலமாக சாவி திரும்பியது. கதவைத் திறந்து உள்ளே நடப்பதற்கு முன்பாக அப்பெண் கீழே தன் கண்ணை ஓடவிட்டாள். திடீரென்று அவள் களைப்படைந்து மயக்கமுற்றாள். அவளுக்காக என்ன இருக்கிறது? அவள் எதிர்காலம் மூடுபனியில் மறைந்திருந்தது. நியூமோரை நம்புவதாக இருந்தால் வில்சன் சேம்பரை நிரப்பும் அதே மூடுபனி.

சுவர் ஈரஞ்செறிந்த கோடுகளால், மிகவும் அருவருப்புத் தரும் கருப்புத் திட்டுகளால் காணப்பட்டது. அவள் கதவுக்கு அடுத்த சுவரில் நண்டுபோல ஓர் அடையாளமிருந்தது. அதற்கு மேலாக ஒளிமறைப்பு இல்லாது பிரகாசமிக்க மின்விளக்கு ஒன்று இருந்தது.

லின்டா அறைக்குள் நுழைந்தாள். வீடியோ தொலைபேசியின் குருட்டுக் கண்ணுக்கு முன் நின்றாள். அர்பனை அழைக்கவும், பேசவும் ஏங்கினாள். தொடர்புச் சாவியைக் கூடத் தொட்டு விட்டாள். ஆனால் அவன் வேலை செய்து கொண்டு இருந்தால் என்ன செய்வது? இடையூறு செய்தால் அவன் கோபமடையலாம்.

சமீப காலத்தில் மாலை வேளைகளில் அர்பன் மிகப் பெருமளவில் வேலை செய்வதுண்டு. அவன் வேறுவிதமான விளக்கத்தைத் தந்தாலும், அவனால் பகல் நேரத்தில் அவன் வேலைகளோடு ஒத்துப் போக முடிவதில்லை. அவனது சக பணியாட்கள் அவனுக்கு எதிராகத் திட்டமிட்டனர் என்பதையும், அவனது கருவிகளைக் கெடுக்குமளவுக்குச் சென்றதையும் _ அவனை

முட்டாளாக நினைக்குமாறு செய்தது என்பதை அவன் உறுதியாக நம்பினான்.

“நான் அவனைக் காலையில் அழைப்பேன்” என்று லின்டா முடிவு செய்தாள்.

லின்டாவைச் சந்திப்பதற்காக அர்பன் பதினைந்து நிமிடங்கள் முன்னதாக வந்தான். அவன் சலிப்புற்றான். அவனது சங்கடத்தை லின்டாவின் நண்பனான நியூமோரின் திகைப்பூட்டும் செய்தி மேலும் மனக்குழப்பத்தில் ஆழ்த்தியது. பல ஆண்டுகளுக்கு முன்னால் ஒரே கூடைப் பந்தாட்டக் குழுவில் அவர்கள் ஒன்றாக ஆடியிருக்கிறார்கள்.

லின்டா அவர்களை இரண்டு வாரங்களுக்கு முன்பு திரும்பவும் ஒன்று சேர்த்தாள். அவர்கள் இருவரும் மிக நன்றாக நெருங்கிவிட்டார்கள். அவனது கோளாறான பெருமைக்கு முன்பாக, புகழ்பெற்ற விஞ்ஞானியோடு நட்புக் கொண்டிருப்பது அர்பனுக்கு வீண் பெருமையுடையதல்ல. சில நாட்களிலேயே அவன் அர்பனின் குழம்பிய மனநிலையைப் புரிந்து கொண்டான். அது பற்றிய விவரங்கள் எதையும் அவன் தெரிவிக்காது அவனுக்குத் தன்னால் உதவக் கூடிய வழியைக் காட்ட முடியும் எனக் கூறினான். மாறாக அந்த வழி குறிப்பிட்ட ஆபத்துகளைக் கொண்டது. அவையெல்லாம் என்ன என்பது அர்பனுக்கு இப்பொழுது தெரியும். எதையும் தீர்மானிக்க முடியாது குழம்பிப் போனான்.

மிகவும் மோசமானது என்னவென்றால், இந்த விஷயத்தை அவன் யாருடனும் எந்தவிதச் சந்தேகமும் இல்லாது, இந்த உலகத்திலேயே அவன் மதிக்கக் கூடிய லின்டாவுடன் கூட விவாதிக்க முடியாது. ஆனால் நியூமோர் பரிபூரண ரகசியத்தை வேண்டினான். அதாவது இவன் ஏற்றுக்கொள்கிறானா இல்லையா என்று.

நல்லது, இந்த எண்ணம் நன்கு வேலை செய்கின்றவரை அவனால் இந்த ரகசியத்தை அடுத்த மனிதனைப் போலக் காப்பாற்ற முடியும். ஏன் முடியாது? இந்த உலகத்தில் சிலருக்கு எல்லாவகையான அதிர்ஷ்டங்களும் இருக்கின்றன. அந்த அதிர்ஷ்டம் ஒரு முறை இவனுக்குக் கிட்டாமலா போகும்?...

லின்டாவுக்காக காத்துக் கொண்டிருந்தபோது அர்பன் பூங்காவின் பாதைகளில் உலாவி வந்தான். மேபிள் மற்றும் அகேச மரங்களின் இலைகள், குளிரில் உலர்ந்து பழுப்பேறிப் போயிருந்தன.

அர்பன் தனது கைக்கடியாரத்தைப் பார்த்தான். லின்டா அப்பொழுதுதான் புறப்பட்டாள். இங்கு வந்து சேர அவளுக்கு மேலும் இருபது நிமிடங்கள் பிடிக்கலாம் _ வழியில் இரண்டு மாற்றங்களைச் செய்துகொண்டு, அதாவது ஏரோபஸ்ஸிலிருந்து சுரங்க ரயிலுக்கும், பிறகு நகரும் பாதையிலும் மாறி வர வேண்டும்.

எப்படி நேரத்தைக் கொல்வது என்று அவள் வியந்தாள். 'செஸ் வளையம்' பார்க்கப் போகலாமா?

அவனை எங்கு பார்ப்பதென்று லின்டாவுக்குத் தெரியும்.

அர்பனுக்கு சதுரங்கம் என்றால் மிகுந்த ஆசை. ஆனால் பூங்காவில் விளையாடத் துணியவில்லை, ஏனெனில் பார்வையாளர்கள் முன்னிலையில் விளையாட, ஒரு வேளை நரம்பு மண்டலம் பாதிக்கப்பட்டு அகோரமான நிலைக்கு ஆளாகி விடுவோமோ என்று அஞ்சினான். இப்பொழுதெல்லாம் இப்படி எதையும் அவன் செய்வதில்லை.

சில வேளைகளில், மிகவும் சாமர்த்தியமாக இணைக்கப்பட்ட தியாகம் நிறைந்த கம்ப வேடிக்கை விளையாட்டினைப் பார்ப்பதன் மூலம் அவன் திருப்தியடைந்தான். இப்போது தேவைப்பட்டதெல்லாம் ஒருபுற ஆட்டக்காரனுடைய அரசு தாக்கப்படும் தறுவாயிலுள்ள நெருக்கடி நிலையிலிருந்து குதிரைக்காய்க்கு விட்டுக் கொடுப்பதன் மூலம் அரசை வேட்டைக் கவர்ச்சியிலிருந்து வெளியேற்றி, எதிரியின் அரசியை ஏமாற்றுவதுதான். அவன் அங்கேதான்.... அவன் அங்கேதான்.... அவனது மூளை தெளிவில்லாது போனது. நெஞ்சத்தில் சினத்தைக் கிளறிவிடும் உணர்ச்சி தோன்றியது.

அறுபத்து நான்கு சதுரங்களில் செய்யப்படும் சண்டைகளை மணிக் கணக்காகப் பார்ப்பதில் அர்பன் நேரத்தைச் செலவிடுவதுண்டு. ஆனால், பொதுவாக அவனுக்கு நேரம் கிடைப்பதில்லை.

அன்றைய தினம் வெஸ்டர்னில் வழக்கம்போல விஷயங்கள் மிக மோசமாக இருந்தன. எதார்த்தத்தில் வழமையை விட மோசமானதாக இருந்தன. இன்று காலையில் சோதனைக்கூட இளம் உதவியாளன் கிரினோ தேவையில்லாது காற்றில்லாக் குழாய் ஒன்றை உடைத்ததனால், அவன்மீது மிகுந்த வெறுப்புக் கொண்டான். ஒன்றரைக் காசு மதிப்பில்லாத காற்றில்லாக் குழாய். ஆனால் அந்த அற்ப விஷயத்திற்கு அர்பன் கடுங்கோபம் கொண்டான்.

வெண்மை நிறமான கிரினோ அவன் செய்தவற்றைப் பற்றி ஒரு வார்த்தைகூட சொல்லாமல் அவன்முன் நின்றான். இது பெரும்பாலும் அர்பனை எரிச்சலடையச் செய்தது. அவனை வேலையிலிருந்து நீக்கி விடுவதாக அச்சுறுத்த விரும்பியபோது கிரினோ மிகவும் மெல்லப் பேசினான் :

“இரவு முழுக்க நான் தூங்கவில்லை... என் தாயார் செத்துக் கொண்டிருக்கிறாள்....”

அர்பனைத் திணறடித்த அச்சுறுத்தும் சொற்றொடர் எந்த இரக்க உணர்வையும் ஏற்படுத்தவில்லை. மனித கௌரவத்திற்குக் கீழானது என்பதாலும், வேலை செய்யத் தடையாக இருக்கும் என்பதாலும் மனித உறவுகளில் இரக்கம் இருப்பதை அவன் மறுத்தான். இல்லை, அது இரக்கம் இல்லை.

‘செத்துக் கொண்டு’ என்ற சொல்லைக் கேட்டவுடனேயே, அர்பன் மற்றொரு சாவை நினைவு கூர்ந்தான். அது மிகு வெப்பமான காற்றைக் கொணர்ந்தது. அவன் உயிரோடு இருக்கின்ற வரை ஜுலை மாதத்தில் அந்தப் பிற்பகலை அவன் மறக்க முடியாது என்பதை நினைவுபடுத்தியது...

பிறகு வெள்ளிக்கோளப் பயணம் பற்றிய கட்டுக்கதையில் துறைபோன, வெஸ்டர்னில் காவல்காரனான கிழவன் டான் பிளேஷுடம் அவன் சண்டைக்குப் போனான். வெஸ்டர்னை வளைத்துக் கட்டப்பட்ட செங்கல் சுவரில் ஒரு நாய்ப்பட்டியை அமைத்திருந்தான். அதில் அநாதையான நாய் ஒன்றை கிழவன் வைத்திருந்தான். அது அர்பனுக்கு எந்தத் தொடர்பும் இல்லை அல்லவா? இருப்பினும் ஓர் ஆபாசக் காட்சியை ஏற்படுத்தினான். நாய்ப்பட்டியைச் சீர்குலைத்தபோது, வெறியில் அவன் கையில் காயம் ஏற்பட்டது. பிறகு ஊளையிட்ட நாயை எட்டி உதைத்தான். கிழவன் டானை வாய் திறந்தபடி சினத்தோடு கிடக்கச் செய்தான்.

அவனையும், டான் பிளேஷையும் மற்றும் நாயைச் சுற்றிலும் வியப்படைந்த பார்வையாளர் கூட்டம் ஒன்று வட்டமிட்டு நின்று நடப்பவைகளைக் கேலி விமர்சனங்களைச் செய்தபடி நின்றது.

அந்த விமர்சனங்கள் நெருப்புக்கு எண்ணெய் இடுவது போலிருந்தது. ஒரு மோசமான காட்சியை ஏற்படுத்தியமைக்காக அர்பன் பிறகு வருந்தினான். அங்கிருந்து வெளியேற விரும்பினான். ஆனால் சுற்றிலும் கேலி செய்கின்ற, வசைபாடுகின்ற அல்லது சலிப்புற்ற முகங்களாகவே இருந்தன. காப்பாற்றும் வகையில்

ஒருவன் கூட இல்லை. திரும்பவும், அவன் மனத்தில் எப்பொழுதும் அழன்றெரிகின்ற பழைய நினைவு ஒன்று கொழுந்துவிட்டு வெடித்தது. உண்மையாகவே, இது எல்லாமே முன்னமேயே நடந்திருக்கின்றது!.. பயிற்சி விமானதளத்தில் இதேபோல ஒன்று நடந்தது... பாதுகாவல் புறமனை ஒன்றுக்குப் பதிலாக தொலைவில் நெளி நெளியாக வளைக்கப்பட்ட இரும்புத் தகட்டால் ஆன விமானக் கோட்டம் இருந்தது. மேலும் கீழே கருங்காரைப் பூச்சு இல்லை. ஆனால் திண்காரைப் பாளங்களால் ஒட்டவைக்கப்பட்டிருந்தன. முன்னிலும் இப்பொழுது வெப்பமாக இருந்தது : ஜூலை மாதத்தின் பிற்பகல் நேரம். காற்றே முழுமையாக இல்லை. சீற்றங்கொண்ட சூரியக் கதிர்கள் செங்குத்தாக விழுந்து கொண்டிருந்தன. மேலும் அவன் வளையத்தின் மையப்பகுதியில் நின்றான். கேலிப் பேச்சுகள் அவனைப் பற்றி சற்று முன்னர் போல, பேசப்பட்டன.

நடுங்கும் கைமுட்டியை தன்மீது அடித்துக் கொண்டிருந்த கிழவன் டானை அர்பன் அப்பக்கமாக தள்ளினான். எல்லாப் பக்கங்களிலிருந்தும் போலியான கூற்றுகள் அவனைப் பற்றிப் பேசப்பட்டன.

“ஆர்பிக்கு நல்லது!”

“ஆர்பி சிறப்பாகச் செய்கிறான்!”

“அவன் வெஸ்டர்ன் முழுக்கக் கத்துவதைக் கேளுங்கள்!”

“அவனை விட்டு விடுங்கள். அவன் பிடியிலிருந்து பறந்து விட்டான், அவ்வளவுதான்.” யாரோ காரணத்தோடு கூறினான். அது கிரினோ என்று அவன் நினைத்தான். ஆனால் அவனது குரல் நடுக்கத்தால் மிகவும் அழுது கொண்டிருந்தது.

“அவன் எப்பொழுதுமே பிடியிலிருந்து பறந்து கொண்டிருக்கட்டும். எவ்வளவு காலம் நாம் அதற்காகச் சகித்துக் கொண்டிருக்கப் போகிறோம்?” குமாரி ஷீலா வினவினாள்.

கூட்டம் வளர்ந்துகொண்டேயிருந்தது.

“அர்பன்தான் துடுப்புப் போடத் தொடங்கினான். நான் இங்குதான் இருக்கிறேன். எல்லாவற்றையும் பார்த்தேன்.” புதிதாக வந்தவர்களுக்கு யாரோ விளக்கிக் கொண்டிருந்தான். “என்ன ஒரு காட்சி! அந்த நாய் அவனுக்கு என்ன செய்தது?..”

“தாடையில் அவனுக்கு ஒன்று கொடு, முதியவனே” யாரோ டான் பிளேஷுக்கு ஆலோசனை சொன்னான்.

"பிளேஷுக்கு நூறாண்டுகளுக்கு மேல் வயதாகிறது. அவனால் தன்னைச் சமாளிக்க முடியாது'' யாரோ கூறினான்.

"அர்பனுக்கு அவன் வயதில் கால் பங்குதான் இருக்கும்!''

"ஆமாம், ஒரு கிழவனைத் தாக்குவது என்பது எவ்வளவு மோசம்! ஒவ்வொரு நாளும் சச்சரவு செய்வதைக் காட்டிலும் அவனால் வேறொன்றையும் நல்லதாகச் செய்ய முடியாது.''

"அவனுக்கு ஒரு குத்து விடு, பிளேஷ்'' ஒரே கூட்டுக்குரலாக வலியுறுத்தியது. அவர்கள் குருதி காண பேரவாக் கொண்டார்கள்.

ஒரு குத்தைத் தவிர்க்கப் போவதுபோல அர்பனும் தனது ஒரு கையை உயர்த்தினான். குருதி வழிந்து கொண்டிருந்தது.

"பாருங்கள், அவன் ஏற்கெனவே ஒன்று பெற்றிருக்கிறான்!''

"ஓ, அறிவிலிகளின் இளிப்பை என்னமாய் வெறுத்தான்! அவர்கள் எல்லாரும் அந்த காடாபுல்டில் வைக்கப்பட வேண்டியவர்கள். விமானக் கோட்டத்தின் கூரையின் மீது எறிந்து கூழாகச் செய்யப்பட வேண்டியவர்கள்'' என்று எரிச்சலோடு திக்குமுக்காடியபடி அர்பன் எண்ணினான்.

சாப்பாட்டு இடைவெளி முடிந்ததை அறிவிக்கும் மணியொலி குழப்ப நிலையை முடிவுக்குக் கொண்டுவந்தது. "ஒரு நல்ல விஷயம், அவ்விடத்திற்கு நிர்வாகத்தைச் சேர்ந்த எவரும் வரவில்லை'' இந்த நினைவு அர்பனின் சீற்றமிகு எண்ணத்தில் பளிச்சிட்டது.

அறிவார்வமிக்க கூட்டம், நினைத்ததற்கு மாறாக அமைதியாக முடிந்தது கண்டு ஏமாற்றமுற்றுக் கலைந்தது.

...அர்பன் ஒரு விளையாட்டைக் கவனித்துக் கொண்டிருந்தான். ஆனால் அவனது எண்ணங்கள் தொலைவில் நின்றன.

நியூமோரோடு கடைசியாகப் பேசியது இன்னமும் அவன் மனத்திலிருந்தது. அவனது கண்டுபிடிப்பான, நுண்ணிய செங்கற்களால் உலகம் கட்டப்பட்டுள்ளது. அணுக்கூறுகள் மற்றும் எதிர் துகள்களின் அடிப்படைக் கொள்கையால் அர்பனைக் குணப்படுத்த முடியும் என்று நியூமோர் அவனுக்கு விளக்கினான். முடிவாக நியூமோரின் கண்டுபிடிப்பு மனித இனத்தின் எல்லாவகை நோய்களையும் போக்கக் கூடியதாக இருந்தது...

அர்பன் சேகரித்தபடி, கொள்கையளவில் ஒவ்வொரு அணுக்கூறும் பிரம்மாண்டமான சக்தி கொண்டதாகச் செய்ய முடியும். மேலும்,

ஆல்பர்ட் ஐன்ஸ்டீனின் சமன்பாட்டின்படி, ஒளி வேகத்தின் மிசைப்பெருக்க எண்ணால் வகுக்கப்படும் சக்தி பொருள் திணிவுக்குச் சமமானது. சக்தி அதிகமானால், பொருண்மை அதிகமாகும் என்பது எல்லாருக்கும் தெளிவாகத் தெரியும்.

“ஆனால் சக்தி ஏற்றம் அதிகமானால், அணுக்கூறும் மிகப்பெரும் பொருள் திணிவால் ஏற்றப்படலாம் என்பது பொருளாகும்'' என அர்பன் விளக்கமளித்தான். “பூமியைப் போல அந்த அளவுக்கு பொருளின் அளவும் பெரியது. சொல்லப்போனால் பத்து மடங்கு, ஒரு நூறு மடங்கு, ஓர் ஆயிரம் கோளங்களைப் போன்றது!''

“அத்தகைய ஓர் அணுக்கூறு, மிக அதிக வேகத்தில் பறக்கும் போது, ஏதோ ஒரு காரணத்திற்காக அது தனது தலைகுப்புறப் பாய்கின்ற பயணத்தை நிறுத்துமானால், அதன் சக்தியானது திணிவாக மாறும் _ மேலும் ஒரு புதிய உலகு பிறக்கும். ஒரு கோளாக, ஒரு வேளை ஒரு கதிரவன் மண்டலமாக, அல்லது ஒரு நட்சத்திரமாக, அல்லது வானிலுள்ள ஒரு பால் மண்டலமாகும். மேலும் மிக நுண்ணிய அணுக்கூறு காரணமாக, எலெக்ட்ரானிக் மைக்ராஸ்கோப்பினால் கூட அதைக் காண முடியாது!''

இந்த முடிவுகளை நியூமோர் கேலி செய்திருக்கக் கூடும். ஏனெனில் பௌதிகம் அர்பனின் வலுவான குதிரையல்ல. ஆனால் நுண்ணிய அணுக்கூறுகளிலிருந்து உண்டாகும் புதிய உலகங்களிலிருந்து பிறக்கும் ஆரவாரமான காட்சிகள் எளிதில் சினங்கொள்ளும் கற்பனையுடைய அர்பனை ஈர்த்துப் பிடித்தது. ஆக அவன் கருதியதுபோல, இயலுலகு தடுமாற்றத்தால் அழிந்து நமது உலகம் அண்டவெளியில் ஏதோ ஒரு மூலையில் பிறந்திருக்கக் கூடும்?

ஆகவே, முறையாகப் பேசப் போனால், சாவு என்பது இல்லை. பல டன்கள் நிறையுடன் விரைந்து வளர்ந்த விமானக் கோட்டத்திற்கு வளைக்கப்பட்ட இரும்புத் தகடு என்ன ஆனது? அர்பனின் கையினை மறைக்கும் சட்டைப் பகுதியில் விழுந்த வலுத்த துளி என்ன ஆனது?

அர்பன் மன எழுச்சி பெறுவதற்கு முன்னதாக வழக்கம் போல எதிர்காலம் பற்றிய அக்கறையற்ற உணர்வு எழுந்தது. மக்கள் போல தங்களுக்குள் நிலைபேறுடைய போர் நடக்கும்; விளையாடப்படும் பிளாஸ்டிக் காய்களையும் சதுரங்கப் பலகையையும் ஊன்றிப் பார்த்தான். மேலும் நியூமோருடன் அவன் மேற்கொண்ட பேச்சால் தூண்டப்பட்ட அவனது தலையில் வரிகள் வடிவம் பெற்றன.

சுற்றி வருகையிலே வழமைபோல் சுழலும்
இவ்வுலகம்
ஒருநாள்
மற்றொரு உலகுடன் மோதிற்று
ஆதவன் போலப் பெருத்துப் பின்
அணைந்து போயிற்று.
அழிவு ஏற்பட்ட அவ்விடத்தில்
பூதம் போல நின்ற நிலம்
நொடியில் பொடியாய்ப் போயிற்று.
விண்ணிடைப் பாய்ந்து துகளாயிற்று.
ஆனால் அது மாய்ந்து அழியவில்லை!
பல நூற்றாண்டுகள் கடந்தன,
புதியதோர் நெபுலா வானில் பூத்தது -
உறக்கம் என்பது பின்னர் விழித்தெழவே
இறப்பு என்பது ஓர் நாள் பிறந்து வாழவே!

கடைசி வரியைத் தனக்குத்தானே சொல்லிக் கொண்டு, அர்பன் படுக்கையிலிருந்து எழுவது போல நீண்ட பெருமூச்சை விட்டான். தனது கையை தனது தலைமயிருக்குள் விட்டான்.

அங்கு லின்டா இருந்தாள்!

தொலைவிலிருந்து அந்தப் பெண் கையை அசைத்தாள். பார்வையாளர் கூட்டத்திலிருந்து தனது பாதையை ஏற்படுத்திக் கொண்டு அவளை நோக்கி அர்பன் நடந்தான்.

"ஏன் உனது கையில் கட்டுப் போடப்பட்டிருக்கிறது? காயப்படுத்திக் கொண்டாயா?'' அவர்களது சிறப்பு ஓய்விடமாகக் கருதும் கொடிவீட்டை நோக்கி, பக்கத்துச் சந்தில் அவர்கள் திரும்பியபோது லின்டா கேட்டாள்.

"நான் அதை வெட்டினேன்'' ஆர்வமில்லாது அர்பன் சொன்னான்.

"மோசமான வெட்டா?'' லின்டா ஆர்வத்தோடு கேட்டாள்.

"இல்லை, ஒன்றுமில்லை.''

"வெஸ்டர்னிலா?"

"ஆமாம்."

யாரும் அமராமல் இருந்த கொடிவீட்டில் அவர்கள் ஞாயிறொளி படும் பக்கத்தில், விரைவில் செல்லவிருக்கும் கோடையின் கடைசி சூரியக் கதிர்களைப் பிடிப்பதற்காக, அமர்ந்தார்கள்.

விறைப்பாக இருந்த அவனது முகத்தை லின்டா ஆர்வத்தோடு உற்றுப் பார்த்தாள்.

"உனக்குத் தொல்லை இருந்ததா?"

"தொல்லை என்பது எனது இரண்டாவது பெயர்" என்று முகஞ் சுளித்துச் சிரித்துப் பதிலளித்தான்.

"இங்கே பார், அந்தக் குறிப்பேட்டை நீ தொலைக்கவில்லை, இல்லையா?" அர்பன் தொடர்ந்தான்.

"இல்லை, ஏன்?"

"எனக்குத் தெரியாது. இப்பொழுதுதான் எனக்கு ஏற்பட்டது.... அதில் என்ன இருக்கிறது என்பதை அறிமுகமில்லாதவர்கள் படிக்க நான் விரும்பவில்லை."

அதுபற்றி லின்டா எதுவும் சொல்லவில்லை. சற்று நேரம் அவர்கள் பேசிக் கொள்ளவில்லை. தனித்த ஓர் மேபிள் மரத்தைச் சுற்றி இளம் சிறார்கள் ஆடிய நடனத்தைச் சற்று நேரம் வெறுமனே பார்த்தார்கள்.

"நான் காணாமற்போய் விட்டால்... நீ என்ன கூறுவாய், லின்டா?" அர்பன் கேட்டான்.

"காணாமற்போனால்... என்றால், என்னவென்று நீ நினைக்கிறாய்?" லின்டா வியப்போடு கேட்டாள்.

"ஆமாம்."

"நீ போகப் போகிறாயா?"

அர்பன் தனது தலையை அசைத்தான்.

"இல்லை, ஜிப்சி... நான் எங்கும் போய்க் கொண்டிருக்கவில்லை. அப்படிச் செய்ய நான் விரும்புகிறேன். ஆனால் நானாக எங்ஙனம் போக முடியும்? இல்லை. நான் சொல்வது... மொத்தத்தில் நான் காணாமற் போனால், சொல்லப் போனால் இல்லாமலே போய்விடுவது."

“புதிர்போட்டுப் பேச வேண்டாம், ஆர்பி'' லின்டா கெஞ்சினாள். இப்பொழுது மோசமாக பயந்து இருந்தாள்.

“நல்லது, நான் தெளிவுடன் பேசுவதாக நினைக்கிறேன்.''

“எவ்வளவு துணிச்சல் உனக்கு?'' அர்பனின் கையைப் பற்றியபடி லின்டா கதறினாள். “ஒரு கெட்ட வசியத்திற்கு நீ ஆளாகிக் கொண்டிருக்கிறாய் என்பது எனக்குத் தெரியும். ஆனாலும் இது இன்னும் கொடிய பாவம்...''

“எந்தப் பாவமும் செய்ய நான் எண்ணவில்லை.''

“ஆனால் நீ தற்கொலை என்று நினைக்கிறாய்! எதற்காகவே நாம் உயிர் பெற்றிருக்கிறோம் என்பது உனக்குத் தெரியாதா...''

“ஆனால் என்னையே கொல்லும் நோக்கம் எனக்கில்லை'' அர்பன் அவளை இடைமறித்துச் சொன்னான்.

“பிறகு, முட்டாள்தனமான இந்த ‘காணாமற் போதல்’ என்பது பற்றி நீ என்ன நினைக்கிறாய்?'' லின்டா வேண்டினாள்.

அர்பன் தயங்கினான்.

“சொல்லுங்கள் வெளிப்படையாக.''

“நல்லது. நுண்ணிய அணுக்களின் பொதுத் தோற்றம் ஓர் ஒழுங்கில் அமைக்கப் பட்டிருக்கிறது...''

“உனக்கு ஏதேனும் அபாயகரமான பணி தரப்பட்டிருக்கிறதா?''

“அதுபோல ஒன்று.''

“நீ அதை மறுக்க முடியாதா?''

“ஆம். என்னால் முடியும்.''

“பிறகு மறுத்து விடு, ஆர்பி!'' வைத்த கண் வைத்தபடி லின்டா அவனைப் பார்த்துச் சொன்னாள்.

“அந்த விஷயம் எனக்கு மிக முக்கியமானது'' இறுதியாக அவன் வெளியிட்டான்.

“இன்னும் தெளிவாகச் சொல்ல முடியாதா, ஆர்பி?''

“என்னை நம்பு, ஜிப்சி. அதை உனக்குச் சொல்வதற்கு எனக்குச் சுதந்திரம் இல்லை. ஆனால் சோதனை வெற்றியடையுமானால், எல்லாமே அருமையாக இருக்கும்.''

“உங்களது இப்போதைய நிலையில் எங்ஙனம் உன்னால் ஆபத்தான பணியை மேற்கொள்ள முடியும்?''

“எனது நிலையில் அது மிகவும் முக்கியமானது.”

“அதன் முடிவில் நீ, நீ சொன்னது போல, காணாமற் போவாய்... அப்படித்தானே?”

“அது தோல்வியில் முடியும் பொழுது.”

“அது வெற்றி பெற்றால் என்ன நிகழும்?”

“அம்மாதிரி நடந்தால் நான் முற்றிலும் மாறுபட்ட மனிதனாக மாறிவிடுவேன்.”

“அது ஒரு பிளாஸ்டிக் அறுவை சிகிச்சையா? நான் சரியாக யூகித்தேனா? ஏன் நீ எல்லாவற்றிலும் புதிரான காணாமற் போகும் விஷயத்தைச் சேர்க்கிறாய்?”

“ஒரு பிளாஸ்டிக் அறுவை சிகிச்சை?” அர்பன் திரும்பவும் மெதுவாக, ஏதோ சுயமாக சிந்தித்தவனாகக் கூறினான். “ஒருவேளை அப்படித்தான். ஒருவரது உள்முக பிளாஸ்டிக் அறுவை சிகிச்சை.”

“நீ புதிர் போட்டுப் பேசுகிறாய், நியூமோர் போல.”

“இதில் நியூமோருக்கு என்ன இருக்கிறது?” அர்பன் திடீரென்று உரக்கக் கத்தினான். லின்டா தொடர்ந்தாள்.

“கத்த வேண்டாம், அன்பனே” நடுங்கிய குரலுடன் அவள் பேசினாள். “உன்னைத் தாக்க வேண்டுமென்று நான் கருதவில்லை.”

எவ்வளவு விரைவாகக் கோபப்பட்டானோ அவ்வளவு விரைவாக அமைதியானான். எந்தவிதச் சலனமும் இன்றி அக்கறையற்றவனான். “கண்டிக்கப்பட்டவன் போல” லின்டா நினைத்தாள்.

அவனது குழம்பிய சிந்தனையிலிருந்து அவனைத் திசை திருப்புவதற்காக, “நாம் விளையாடுவோம்” என்று லின்டா ஆலோசனை கூறினாள்.

“நாம்!” என்று அர்பன் அனிச்சையாகப் பதிலளித்தான். “நான் இன்று நல்ல வடிவத்தில் இருக்கிறேன். கொள்கை பற்றி எண்ணிப் பார்.”

லின்டா நினைத்துக் கொண்டிருந்த முக்கியக் குறிக்கோளை அர்பன் திருத்தினான். அதில் விளையாட்டுக் கருத்து இருந்தது.

சிறிது நேர யோசனைக்குப் பிறகு லின்டா சொன்னாள் : “இது இலையுதிர் காலம். நான் இலையுதிர் காலமாக இருப்பதாக

எண்ணிக் கொள்கிறேன். நிலங்கள், காடுகள் மற்றும் சாலைகளின் வழியாக ஒரு நகரிலிருந்து மற்றொன்றுக்கு, கவிழும் வானத்தைப் பார்த்தபடி, உதிர்ந்து விழுந்த மஞ்சள் இலைகளைத் தள்ளிவிட்டு, மக்களது கதவுகளைத் தட்டி குளிர்காலம் மற்றும் பனி இவைகளுக்குத் தயாராக இருக்கும்படி மக்களைக் கேட்டுக்கொண்டு நான் உலைந்து நடக்கிறேன். பனிக்காலம் கடுமையாக இருக்கும்... உங்களில் எல்லாருமே அதில் பிழைத்திருக்க முடியாது. வெறுங்காலுடனே நான் நடந்து கொண்டிருக்கிறேன். எனது கால்கள் கன்றிப் போய் விட்டன. எனது எலும்பெல்லாம் கூட சில்லிட்டுப் போய்விட்டது'' லின்டா குளிரில் நடுங்கினாள். "நான் நடக்கிறேன். எனது பயண முடிவு பார்க்கக் கூடியதாக இல்லை...''

"நல்லது!'' அவளை நிறுத்தினான் அர்பன். அவன் தனது நெற்றியைத் தேய்த்து விட்டு, கருத்தை ஒரு முகப்படுத்தினான்.

அரை மணி நேரத்திற்கு முன்பு அனுபவித்த பழக்கப்பட்ட இனிய தடுமாற்றம் அவனைத் திரும்பப் பிடித்துக்கொண்டது. அவன் மெதுவாகத் தொடங்கினான் :

பருவத்தின் தாக்குதலால் தென்திசை குடியேற
    பறவைக் கூட்டம்
கருமேகம் கிழித்தேறும் காட்சியினை துயரமுடன்,
    கண்ணால் கண்டு,
மூடுபனிப் போர்வைக்குள் ஒளிந்து நடுங்கிக்கொண்டு,
வீடடைத்துக் கிடக்கின்ற கதவமெலாம்
வெறுமனே தட்டிப்பார்த்து
வெறுப்புடனே ஓர் பார்வை விரிகானம்
    நெடுகிலுமே வீசிக்கொண்டு,
நீறுமறை நெருப்பினையும் நெருங்கவே மிகவஞ்சி,
    பசிய புல்லில்
தூங்குகிற பனியெனக் கண்ணீர் வடித்தே
    துயரமுடன் சதுப்புக் காட்டில்
ஏங்கியே அடிவைக்கும் இலையுதிர் பருவமெனும்
    பேரிளம் பெண்,
போகும்வழி ஒன்றிருக்க அதைவிடுத்து அந்திதன்னில்
பாழ்பட்ட பாலையினுள் நடந்து சென்று,

விண்மீன்கள் சொரிகின்ற ஈரந்தன்னை கையிலேந்தி

அண்ணாந்து வான்முகட்டை நோக்கி நிற்பாள்.

"அருமையாகச் செய்தாய், அர்பன்!'' லின்டா வியந்து கூறி அவனை முத்தமிட்டாள்.

"வேறு ஒரு நோக்கம் குறித்து சிந்திக்கலாம்.''

"இதுபோதும்.''

"தயவு செய்து, ஜிப்சி'' அர்பன் வலியுறுத்தினான். "ஆர்க்கிமிடீசைப் போல இந்த உலகத்தை முற்றிலுமாக மாற்ற முடியும் என்ற வலுவான நம்பிக்கை எனக்குண்டு. எனக்கு நிற்பதற்கு மட்டும் ஆதாரத்தானத்தைக் கொடு. காத்திருக்கிறேன்!''

"நீ உன்னையே கொல்கிறாய்!''

"லின்டா, தயவுசெய்து!''

"ஓகே...'' லின்டா சரணடைந்தாள். "நான்கு வரிகளுக்கு மேல் கட்ட வேண்டாம். இது பேரமா?''

"நான் காத்துக் கொண்டிருக்கிறேன்.''

"சென்ற முறை நீ என்னோடு வீட்டிற்கு வந்தாய் என்று உனக்கு நினைவிருக்கிறதா? வாசல் அருகே நாம் நின்றோம். நிலவு கூரைக்கு மேலே நின்றது. பிறகு சிறிய மேகம் பறந்து அதன் மையத்தை மறைத்தது. அப்போது நீ கூறினாய்...''

"நிலவு வட்டமான ரொட்டி போல இருக்கிறது.''

"பிறகு ஒரு பூனை இறவாரத்திலிருந்து வெளியே நடந்தது'' அவள் தொடர்ந்தாள். "அத்தகைய ஒரு சிறந்த மென்மயிர்க் கொத்துடைய பூனை. அது மெதுவாக நடந்து கூரையை மோப்பம் பிடித்தது. பிறகு அது நின்று நம்மைக் கவனித்தது. நீ என்ன சொன்னாய் என்று நீ நினை''

"அது ஒரு பூனையல்ல, ஆனால், தனது வாழ்க்கையில் முதன்முறையாக ஒரு பூமிவாசியைப் பார்த்துக் கொண்டிருந்த தொலைதூரக் கோளத்து வாசி.''

"முழுக் காட்சிக்குமாக நான் உனக்கு நான்கு வரிகளைத் தருகிறேன்.''

"தாளத்தோடா?''

"விரும்பினால் சரி.''

அர்பன் தனது விரல்களை ஒன்றோடு ஒன்று இணைத்து வைத்துக் கொண்டான். திருமறை பரப்புபவரைப் போலவே பாடினான்:

வெண்ணிறப்பூப் பந்தாய் விளங்குகின்ற தண்மதியம்
விண்ணிலே கண்மூடி மென்துயிலில் ஆழ்ந்திருக்கும்.
ஊரிலே கூரையொன்றில் உட்கார்ந்து ஓர் பூனை
பாரிலே மாந்தர் தமை ஐயத்துடன் பார்த்திருக்கும்.

"அற்புதம், ஆர்பி!" லின்டா வியந்து தனது கைகளைத் தட்டினாள். "இன்று நீ உன்னையே மிஞ்சி மிகுதியாகிவிட்டாய்."

"மிகவும் உண்மை" தனது மன எழுச்சி மிகுந்த உணர்ச்சியின்மைக்கு ஆட்பட்டதாக உணர்வதாக அர்பன் நினைத்தான். "மேலும் கொடுங்கனவை எதிர்நோக்கும் இரவு முன் நின்றது. ஒருவேளை இதுவே எனது கடைசி செய்யுள் முயற்சியாக இருக்குமோ? நியூமோரின் திட்டம் செயல்படுகின்ற போது, கடவுள்களின் இந்த நன்கொடை மறைந்துபோனால் என்ன ஆவது?"

நன்கு இருட்டுகின்றவரை அவர்கள் கொடி வீட்டில் தங்கினார்கள். அப்பெண்ணுக்கு விடை கூற அர்பன் விரும்பவில்லை. இதுதான் அவர்களது கடைசிச் சந்திப்பாக இருக்குமோ என்ற உணர்வு அவனுக்கிருந்தது.

தோட்டப்பாதை நெடுகிலும் விளக்குகள் ஏற்றப்பட்டன. சிலர் போய் வந்து கொண்டிருந்தனர்.

"வா, நாம் போவோம்" என்றாள் லின்டா.

"இன்னும் சற்றுப் பொறு" அர்பன் அவள் கையைப் பற்றியபடி கூறினான்.

"நீ கொள்ளைக்காரர்களுக்கு பயப்படவில்லையா?"

"சில நாட்களில் நான் இந்த நகரில் மிகச் சக்தி வாய்ந்த மனிதனாக இருக்க முடியும்" பாதி வேடிக்கையாகவும், பாதி அக்கறையுடனும் அர்பன் கூறினான். "அப்போது நான் அந்தக் கொள்ளையர்களை பூனைக் குட்டிகளைப் போலத் தூக்கி எறிவது சாத்தியமாகும். அதை நீ விரும்புகிறாயா, ஜிப்சி?"

"மிகவும் தெளிவில்லாமல் இருக்கிறது, மிகவும் ஆன்மீகச் சார்பானதாகவும் இருக்கிறது. முதலில் நீ காணாமற்போகப் போகிறாய். இவை எல்லாவற்றையும் நான் எப்படிப் புரிந்துகொள்வேன்?"

“உனக்குச் சொல்வதற்கு எனக்கு உரிமையில்லை, ஜிப்சி’’ என்று விடையளித்த அர்பன் திரும்பவும் மகிழ்ச்சியற்றவனான்.

லின்டா ஆர்வத்தில் மூழ்கினாள். ஆனால் அர்பனை வினவுவது அவ்வளவு நல்லதல்ல என்று உணர்ந்தாள். அவனால் முடிந்திருந்தால் அவன் கூறியிருப்பான்.

சந்தின் தொலைவில் ஒரு சிறிய உருவம் தோன்றியது. அது ஒரு பையன், அவன் காணாமற் போய் விட்டவன் என்று யாரும் நினைக்கக் கூடும். ஆனால் அவன் நம்பிக்கையோடு அடி எடுத்து வைத்தான். ஒருவகையில், வீட்டிலிருந்து காலாற வந்து திரும்பப் போகும்போது அவனது கவனக் குறைவான பெற்றோர்கள் அவன் விருப்பப்படி வரட்டும் என்று விட்டிருப்பார்கள்.

கொடிவீட்டை அடுத்த விளக்கை அடைந்தபோது அப்பையன் நின்று, ஒரு பலூனை ஊதிப் பெருக்கினான். மெல்லிய மேலுறை விரைவில் காற்றால் நிரம்பி ஓர் ஆரஞ்சு வண்ணக் கோமாளி, பெரிய காதுகளுடன் அதிலிருந்து வெளிப்பட்டது.

அவனது வேலை முடிந்தது. அப் பையன் பலூனை காற்றில் சில முறை சுற்றிவிட்டான். பலூன் மெதுவாகக் கீழே பறந்தது ஆர்வமற்றிருப்பது போல.

பையனின் விளையாட்டு சிறிது காலமே நீடித்தது. அடுத்து சில அடிகள் அவன் எடுத்து வைக்கும் முன்பே அவனது பலூன் முட்புதரில் விழுந்து, முள்ளால் கிழிந்தது.

ஒரு வெடிப்பொலி _ வேறு பலூன் இல்லை. பல் இளித்த கோமாளி சுருங்கிப் போய், மறைந்தும் விட்டது.

“இதுதான் கோமாளியின் முடிவு’’ லின்டா முணுமுணுத்தாள்.

“இதுதான் உலகத்தின் முடிவு’’ அர்பன் பதிலளித்தான்.

மனக்குறையுடைய அப்பையன் பலூனில் எஞ்சிய தொய்வு நாடாவை இழுத்து, பலூனை நிரப்ப முயன்றான். அதிலிருந்து எதுவும் வராத நிலையில், அதைப் பக்கத்தில் சுற்றி எறிந்துவிட்டு, மூலையில் சுற்றிப் போய் மறைந்துவிட்டான்.

அர்பன் லின்டாவிடம் அவனது குறிப்பேட்டைக் கேட்டான். பக்கங்களை விரைவாகப் புரட்டி, எதுவும் எழுதாத ஒரு பக்கத்தைத் தேடி அதில் ஏதோ எழுதலானான். சிறிது நேரத்தில் என்ன எழுதினானோ அதைக் குறுக்காக அடித்து விட்டு புதிதாக எழுதத்

தொடங்கினான். விளக்கு ஒளி மங்கலாக இருந்ததால், குறிப்பேட்டின் மீது அவன் குனிய வேண்டி இருந்தது.

அவன் நீண்ட நேரம் எழுதினான்.

லின்டாவுக்கு எலும்பெல்லாம் குளிர்ந்தது. ஆனால் அர்பனைத் தொல்லை செய்யத் துணியவில்லை. அவ்வப்பொழுது அவனது முகச் சுளிப்பையும் உதடுகள் துடித்ததையும் மேலெழுந்தவாரியாகப் பார்த்து அமைதியாக இருந்து விட்டாள்.

அர்பன் கடைசி முற்றுப்புள்ளி வைத்தபோது அந்தப் பாதையில் ஆள் நடமாட்டமே இல்லாது போயிற்று. குறிப்பேட்டை மூடிவிட்டு லின்டாவிடம் கொடுத்து அவன் கூறினான் :

“இப்பொழுது நான் ஒரு பலூனைப் போல இருக்கிறேன் _ எந்தவிதக் காற்றும் இல்லாமல்.”

அப்பெண் குறிப்பேட்டைத் திறக்க முயன்றாள். ஆனால் அர்பன் அவளைத் தடுத்தான்.

“இப்பொழுது இல்லை, லின்டா, நீ வீட்டில் இதைப் படிக்கலாம்.”

இருவரும் எழுந்து பூங்காவின் வாயிலை நோக்கி நடந்தார்கள்.

அவள் தான் கேள்வியுற்ற எல்லாவற்றையும் குறித்தும், அவளை முற்றாக அழுத்திய அர்பனின் எதிர்காலம் பற்றிய அக்கறையற்ற நிலைக்காகவும், ஆழ்ந்த கவலை கொண்டாள். அதை ஆற்றுப்படுத்தக் கூடிய எந்த உணர்வையும் அவள் பெறவில்லை.

பூங்காவின் வாயிலில், தெருவிளக்குகளின் வெளிச்சத்தில் முடிவில்லாத நகரும் பாதை விரைந்து நகர்ந்து கொண்டிருந்தது.

“நாம் சுரங்கப் பாதையில் போகலாம்” என்று லின்டா ஆலோசனை கூறினாள்.

“நிலத்திற்குள் உட்குடைந்து செல்வதை நான் வெறுக்கிறேன்” அர்பன் முணுமுணுத்தான். “ஏன், உனக்குக் குளிர்கிறதா?”

“உண்மையாக இல்லை” லின்டா பதில் சொன்னாள், தனது பற்களை நெறுநெறுவென்று கடிப்பதிலிருந்து சிரமப்பட்டாள்.

நகரும் பாதையில் இளைஞர்கள் கால்வைத்த போது காற்று அவர்களை இருமடங்கு வேகத்தோடு கிழித்துத் தள்ளியது. அர்பன் தனது மேலாடையை லின்டாவின் தோள்களின் மீது வைத்தான்.

அவர்கள் விரைந்து கடந்த தெருக்கள் ஆள் அரவமற்றுக் கிடந்தன. அந்த தொழிலாளர் பகுதிகளில் மக்கள் சீக்கிரமே படுக்கைக்குச் சென்றுவிட்டனர்.

"நகரம் இறந்துவிட்டது" நீண்ட இடைவெளியை கலைத்தான் அர்பன்.

"ஆனால் சன்னல்களில் விளக்குகள் எரிகின்றன" லின்டா எதிருரைத்தாள்.

"இது பொருட்டல்ல. மக்கள் எல்லாரும் இறந்துவிட்டார்கள். ஆனால் விளக்குகள் இன்னமும் எரிந்து கொண்டிருக்கின்றன" அர்பன் உறுதியாகத் தனது தலையை ஆட்டிப் பேசினான்.

"இன்று நீ மிகவும் சோர்வாக இருக்கிறாய், அர்பன்... பொருட்கள் எவ்விதம் பணியாற்றின என்பது குறித்து நீ என்னிடம் எதுவுமே கூறவில்லை."

"கூறுவதற்கு எதுவுமில்லை."

"நீ உனது கையை எப்படிக் காயப்படுத்திக் கொண்டாய்?"

"இதை வேறு ஒரு சமயம் உனக்கு நான் சொல்வேன்."

லின்டா அர்பனின் மேலங்கிக்குக் கீழே வெதுவெதுப்பைப் பெற்றாள். மேலும் அவளது மனநிலை சற்று முன்னேறியிருந்தது.

"எப்பொழுது நாம் மீண்டும் சந்திப்போம், ஆர்பி?" அவள் கேட்டாள். "நாளை திங்கட்கிழமை. நான் சீக்கிரமே வேலையை விட்டு வந்து விடுவேன்."

"என் விஷயங்கள் எப்படி மாறும் என்பது குறித்து என்னிடம் எந்தக் கிட்டமும் இல்லை, ஜிப்சி. நான் உனக்குச் சொன்ன புதிய பணியைப் பொருத்தே அவை எல்லாம் இருக்கின்றன."

அவர்கள் விடை பெற்றுக் கொள்ளும் போது லின்டா கேட்டாள் : "இப்பொழுது உனக்கு எந்தவித ஓய்வு நேரமும் இல்லை என்று நீ கருதுகிறாயா?"

"எனக்குத் தெரியாது. வீடியோபோனில் இது குறித்து நாம் விவாதிக்கலாம்" அர்பன் விடையளித்தான். அவனது குரல் தளர்ந்தும் மென்மையாகவும் இருந்தது.

வீடு திரும்பியதும், லின்டா தனது அசைவு நாற்காலியில் அமர்ந்தாள். நிற்கும் விளக்கினை ஏற்றி, குறிப்பேட்டை வைத்தாள்.

அர்பன் எழுதியவற்றைப் புரிந்து கொள்ள சிரமப்பட்ட அவளது மனநிலை கிளர்ச்சியுற்றது. இதுவே அவனது கடைசிக் குறிப்பாக விடைபெற்றுக் கொள்ளும் இயல்புடையதாக இருக்கக் கூடும் என்று அவளுக்கு ஓர் உணர்வு இருந்து கொண்டே இருந்தது. துயரத்துடன், குறுக்காக அடிக்கப்பட்ட வார்த்தைகள் மற்றும் சொற்றொடர்களை ஊன்றிப் பார்த்தாள். கடைசியாக ஒரு கவிதை தோன்றியது :

விண்மீன் கூட்டம் நாற்புறமும் சிதறிக்கிடந்தன,
நிலக்கரி போல வெண்சுடராய் விண்மீன் சுடர்வீசின,
உலகு இளமையாய் எங்கும் விரிந்து பரவியது,
தனது தூதுவரை தெற்கு, கிழக்கு, மேற்கென
நாற்புறமும் அனுப்பியது,
அழைத்து அடையாளம் காட்டித் தூண்டியது
முடிவற்ற எல்லையிலா ஒளிவெள்ளப் பாதையில்,
பகுத்தறிவுள்ள ஓர் குறு விண்மீன்
கையற்று சோகமாய் நின்றது, தன் சொந்த
ஆலோசனையில் இருந்தும் கூட,
ஏனெனில் உலகு விரைவில் சுருங்கும் என அறிவாள்,
துளை விழுந்த பலூனிலிருந்து காற்று
வெளியேறுவதுபோல!

லின்டா சிந்தனை வயப்பட்டாள். குறிப்பேடு நழுவித் தரையில் விழுந்தது. அதை அங்கேயே விட்டுவிட்டாள்.

ஆர்வ வெறி கொண்ட அந்த மனிதன் என்ன திட்டமிட்டிருக்கிறான்? நியூமோர் என்று அவள் குறிப்பிட்டபோது ஏன் அவன் சீறியெழ வேண்டும்? அவன் பொறாமைப்பட்டானா? இல்லை. அவனால் முடியாது. அவர்கள் குழந்தைப் பருவ நண்பர்கள் என்பது அவனுக்குத் தெரியும். அவர்களுக்குள் மிகுந்த வேறுபாட்டை ஒருபோதும் கண்டதுமில்லை, ஏற்பட்டதுமில்லை.

லின்டா பசியாக இருந்தாள். ஆனால் சமையற்கட்டுக்குள் சென்று தனக்கு உணவைத் தயாரிக்கக் கூடிய அளவுக்கு தெம்பு இல்லாததை உணர்ந்தாள்.

“கோப்பை ஒன்று அலமாரியிலிருந்து தரையில் விழுந்தபோது, ‘நான் மிகவும் உடைந்து போனதாக உணர்கிறேன்’ என்றது.'' அது நியூமோரினுடைய கேலிக் கூத்து _ ஒரு சாக்ஸன் பீங்கான் கோப்பையை உடைத்த சமயத்தில் செய்யப்பட்டது.

அவளும் முற்றிலும் உடைந்து போய்க் காணப்பட்டாள்.

"நான் சற்று ஓய்வெடுப்பேன், பிறகு இரவு உணவு கொள்வேன்" தூக்கக் கலக்கத்தோடு அவள் நினைத்தாள்.

அசையும் நாற்காலியில் உட்கார்ந்திருந்த அவள் தூங்கிப் போனாள். பலூனிலிருந்து ஒரு கோமாளி சிரிப்பது போல அவள் கனவு கண்டாள். பலூனிலிருந்து காற்று வெளியேறியது. இப்பொழுது கோமாளி இல்லாது போய்விட்டான்.

....பிறகு அர்பன் கொடிவீட்டிலிருந்து வெளியேறி பலூனில் எஞ்சியவற்றைப் பொறுக்கினான்.

கனவு மிகத் தெளிவாக இருந்தது. பலூனின் ஓட்டையை அர்பன் கவனமாக முடிச்சுப் போட்டு விட்டு பிறகு அதை ஊத ஆரம்பித்ததைப் பார்த்துக் கொண்டிருப்பது போல அவளுக்குத் தென்பட்டது.

"கவனமாக" லின்டா சொன்னாள். "அது வெடிக்கப் போகிறது."

"நீ கவலைப்பட வேண்டாம்" அர்பன் பதிலளித்தான். "இந்த பலூன் நமது உலகம். உலகம் மறையாது, ஏனெனில் சாவே இனி இருக்காது."

"தலைதடுமாற்றம் ஏற்பட்டால்?"

"இந்த பலூன் திரும்பவும் உண்டானது போல அதுவும் திரும்ப உண்டாகும்" அர்பன் பதிலளித்தான்.

கோமாளி வரையப்பட்ட பலூன் அளவில் பெரியதாக வளர்ந்தது. லின்டா கவனித்தாள், அது வளரும்போது அதைத் தொடுகின்ற எல்லாப் பொருட்களையும் அது விழுங்குவது கண்டு அச்சமுற்றாள். அவர்கள் அமர்ந்திருக்கின்ற இருக்கையின் அடிப்பகுதியை அது விழுங்கிவிட்டது. கொட்டகையின் திறந்த சுவர்ப் பகுதியை, அர்பனின் உதடுகளை, அவனது முகத்தை... அரற்றுவதற்காக அர்பனை எச்சரிப்பதற்காக அவள் வாயைத் திறந்தாள். ஆனால் எந்த ஒலியும் வரவில்லை. அர்பனைக் காப்பாற்றுவதற்கு விரைய அவள் விரும்பினாள், ஆனால் உடலை அவளால் அசைக்க முடியவில்லை. அது கனமாக உருவெடுத்து, அகன்று இருக்கையின் மீது இருந்தது.

இதற்குள்ளாக பலூன் அர்பனை முழுக்க விழுங்கிவிட்டு, அவளை நெருங்கியது. அஞ்சத்தக்க பெரிய கோமாளி அவள் கண்களுக்கு அருகில் பல் இளித்தது. ஆனால் அந்த இளிப்பு அஞ்

சத்தக்கதாக இல்லை. மரணம் இருக்கப் போவதில்லையாதலால் ஒருவரும் எதற்கும் அஞ்சத் தேவையில்லை என்று கூறுவது போல அது காணப்பட்டது... மிகப் பெரும் முயற்சியுடன் அவள் ஒரு விரலை தனது முழு பலத்துடன் பலூனினுள் நுழைத்தாள். பயங்கரமான பேரதிர்ச்சியுடன் பலூன் வெடித்தது. ஆனால் அதற்குள்ளாக அர்பன் இல்லை. அவன் காணாமற் போயிருந்தான், மெலிந்த காற்றோடு கலந்துவிட்டான்.

லின்டா கண்களைத் திறந்தாள். புலர் காலைப் பொழுது தோன்றிக் கொண்டிருந்தது. நிற்கும் விளக்கு அவளது காலடியில் விழுந்து கிடந்தது. அதன் இரு பல்புகளும் சில்லாக உடைந்து கிடந்தன.

...தொலைவிலிருந்து உள்ளே அலைகள் உருண்டு வந்தன. அவை சற்று முன்னர் கடலுக்குள் மூழ்கிய சூரியனால் தெளிவாகச் செதுக்கு வேலை செய்தது போன்ற தொடுவானத்திற்கு அப்பாலிருந்து தோன்றுவது போலக் காணப்பட்டன.

அதிரும் அலைகளால் ஒரு சிறிய பவழப் பாறைத் திட்டு அதிர்ந்தது. அந்தத் தீவில் நின்ற ஒரே பனை மரத்திற்கு எதிராக முதுகைக் காட்டியபடி அர்பன் நின்றான். காற்று அவனது பழுப்பு நிற மேலங்கியைக் கிழித்துக் கொண்டிருந்தது. பசுமையான இலைகள் அவனது தலைக்கு மேலாகப் பறந்தன. பிறகு அது அட்லாண்டிக்கின் விரிந்த பகுதிக்கு விரைந்தது.

சந்தம் மாறாது அலைகள் உருள்வதனால் ஆறுதலான தாளலயம் தோன்றியது. அவன் அங்கேயே நின்றுகொண்டு, இயற்கையின் விளையாட்டை உற்றுக் கவனித்தபடி மகிழ்ந்தான். கோளக் கணிப்புப் படிவம் பற்றிய திரைப்படச் சுருள்களைப் பார்த்து மகிழ்ந்தான். அவை கடந்த காலத்தை, அது மிக நுண்ணிய பொருளாக இருந்தாலும், கொண்டுவர உதவிபுரிந்தன. தற்போதைய நிலையை மறப்பதைவிட வேறு என்ன நல்லதிருக்கிறது, அதை அப்படியே ஒரு மணி அளவிற்கு நிறுத்திவிட்டு, மனத்தை வெறுமனே இருக்க விட்டான்.

பேரின்ப மாதம் கழிந்தது. நியூமோரால் சலுகை மாதம் அவனுக்கு வழங்கப்பட்டது. நியூமோர் தவறேதும் செய்துவிட்டானா? அவன் கூடுதல் காலம் பெற்றிருக்கலாமா? இல்லை, நியூமோர் ஒருபோதும் தவறுகள் செய்ய மாட்டான். அந்தக் கொடிவீட்டில் அவன் லின்டாவுடன் ஆற்றிய நினைவிலிருக்கும் அவனது

உரைக்குப் பிறகு சரியாக ஒரு மாதமே கடந்திருக்கிறது. அப்பொழுது அவன் எதைப் பற்றியும் அஞ்சவில்லை.

எதார்த்தமாக இப்பொழுது எந்தவகையிலும் அஞ்சுவதற்கு எதுவுமில்லை. அவனுக்குத் தேவையானதெல்லாம் கவனமாக இருப்பதுதான். நியூமோர் அதை எப்படிச் சொன்னான்? "ஆல்வா முட்டாள். அவனை ஏமாற்றுவது இவ்வுலகில் மிகவும் எளிமையானது. ஒவ்வொரு நிமிடத்திலும் நீ செய்ய வேண்டியதெல்லாம் இதுதான் _ அவனைக் கட்டாயம் நினைவில் வைத்திருக்க வேண்டும்.''

நினைவிருக்கட்டும்! இடர்நிலையில் ஒருவன் வாழ்க்கை இருக்கும்போது மறந்து விடுவது இயல்பு என்பது போலாகிவிடும்.

நியூமோரின் வழமையற்ற தருமொழியை தயக்கமோ, சந்தேகமோ இல்லாமல் அர்பன் ஏற்றுக்கொண்டதில்லை. வாழ்க்கை முற்றிலும் தாங்க முடியாததாக மாறும் போது மட்டும், அவன் 'ஆமாம்' என்பான். அவனது துறையின் சோதனைகள் நீண்ட காலமாகவே செயலிழந்து போய் இருக்கின்றன. அவன் எப்பொழுதுமே விளிம்பில் நின்றான். சரியாக எதுவுமே வரவில்லை. முடிவற்ற தீங்குகள் பெரியதும் சிறியதுமாக ஏற்பட்டன. மிகு விலையுள்ள இண்டிகிரேட்டரை உடைத்தான். அவனது தலைவருடன் சண்டையிட்டான். பழைய வில்நெர்டன் இவனுக்கு முற்றிலும் எதிராக இருந்தான். அவனது எல்லாத் தொல்லைகளும் அவனது மோசமான மனநிலையாலும் பொறுப்பற்ற தன்மையாலும் ஏற்பட்டன என்பதை அர்பனின் நண்பர்கள் அவனுக்குச் சொல்லி வந்திருக்கின்றனர். மோசமான மனநிலை என்பது தேய்ந்து போன நரம்புகள் என்பதன் மறுபெயர் என்று ஒரு மருத்துவக் கையேட்டில் அர்பன் படித்திருக்கிறான். ஆனால், இதைப் பற்றி அவன் நியூமோரிடம் சொன்னபோது பின்னவன் வழமைபோல அதை ஒரு வேடிக்கைப் பேச்சாக மாற்றினான்.

"ஆக, டாக்டர்களை விட மருத்துவக் கையேடுகளை நீ விரும்புகிறாய், அப்படித்தானே?'' அவன் கேட்டான்.

"இதில் என்ன தவறு இருக்கிறது?''

"உனது வைத்தியத்திற்கு கையேட்டில் கண்டபடி நீ மருந்தை எழுதிக் கொள்வாய்?''

அர்பன் தலையசைத்தான்.

“அவ்வாறானால், தவறாக அச்சிடப்பட்டமைக்காக நீ சாக வேண்டி நேரலாம்’’ சிரித்துக்கொண்டே நியூமோர் கூறினான்.

“ஒருவன் சாவது என்ன ஒரு விஷயமா?’’ தோளைக் குலுக்கியபடி அர்பன் சொன்னான். ஆனால் அவனது மாறுபாடு பெரிதும் வித்தியாசமாகத் தெரிந்தது.

அவனது நண்பர்கள் அல்லது கைேயடு சரியானதோ என்னவோ விஷயங்கள் மோசத்திலிருந்து மிக மோசமாக மாறிக்கொண்டிருந்தன.

..வெப்ப மண்டலத்தில் இரவு வேகமாக மறைகிறது. ஒரு நிமிடத்திற்கு முன்னால் சிறிய அச்செழுத்தைக் கூட அவனால் படிக்க முடிந்தது. ஆனால் இப்பொழுது நிழல்கள் பாறைக்கு அப்பாலிருந்து காயலைக் கடந்து இரண்டறக் கலந்துவிட்டது. எல்லாமே இருளாகிவிட்டது. தெளிவின்றிக் காண்கின்ற மாதிரியாக தல மரக்குடைவுப் படகு அப்பகுதியில் காணப்பட்டது. இருளில் ஒளி வீசுகின்ற புள்ளிகள் பத்தாயிரக் கணக்கில் அலைகளில் நடனமிட்டன.

சில நொடிகளுக்குப் பிறகு ஒளி விளக்குகள் தானாக இயங்கும் கருவியால் இயக்கி வைக்கப்பட்டு பேய்த் தோற்றமுடைய ஒளி வெளி வரத் தொடங்கின. இருளில் தெரியாதிருந்த சுவர்கள் வெளித் தோன்றலாயின. தன்னை சுவர்கள் நெருங்கி வந்துவிட்டதை அர்பன் உணர்ந்தான்.

ஒற்றைத் தடி மரத்தின் துண்டு கைவைத்த இருக்கையின் பின்பகுதியாக இருந்தது.

கனவிலிருந்து விழித்தெழுந்தவன் போல அர்பன் காணப்பட்டான். பத்தரை மணி இருக்கும் என்பதை அறிந்திருந்தாலும் கூட அவன் தனது கைக் கடிகாரத்தைப் பார்த்தான்.

அவனது புதிய வாழ்வில் இந்த முதல் நாளில் வீட்டில் தங்குவதற்கு அவன் அனுமதி கேட்டது மிகவும் நல்லதாய்ப் போயிற்று. அது மிகவும் பாதுகாப்பானது. ஆனால் ஒருவன் எப்பொழுதுமே வீட்டிலிருக்க முடியாது. எப்படியோ, முதல் நாள் முடிவை நோக்கி நெருங்கிக்கொண்டிருந்தது.

அறையின் மிகவும் சாதாரண இருக்கை அமைப்புகள் ஒருவனுக்கு நான்காம்தர விண்வெளிக்கப்பல் அறையை நினைவுபடுத்தும். எதுவும் மிகையானதல்ல _ ஓர் அடைப்பிட இருககை, ஒரு டெஸ்க்,

ஒரு வரை பலகை, ஒரு கை வைத்த நாற்காலி. அர்பனுக்கு எந்தக் குறையுமில்லை - இதைவிட அவனுக்கு என்ன வேண்டும். வெஸ்டர்ன் நிலத்தின் அருமையான காட்சியை அவனது சன்னல் காட்டியது. அர்பன் தனது குழந்தைப் பருவத்தில் பார்த்த ஒரு படத்தை அது நினைவு கூர்ந்தது. மனிதனது கால் இன்னமும் நிலவில் மிதிபடாத, மற்ற கோள்களைப் பற்றி எதுவும் கூறமுடியாத ஒரு காலக்கட்டத்தில், ஓர் அறிவியல் கதைத் தொகுப்புக்கான விளக்கமே அது. நிலவில் ஏற்படவிருக்கும் வருங்கால நகரத்தை ஓவியர் சித்திரித்திருந்தார். அதற்காக அவன் நிலவுக்குச் செல்ல வேண்டிய தேவை இருப்பதாகத் தோன்றவில்லை - அவனது கற்பனைக்குப் பூமி பெருமளவில், இடமளிப்பதாகவும், இருளாகவும் காணப்பட்டது.... காஸ்மிக் தொடர்புகளுக்கான திறந்த மாதிரியான கோபுரங்கள் பல வண்ணக் கூம்புகளால் சிதறிப்பரந்து காணப்பட்டன. நகரும் பாதைகள் எல்லாத் திசைகளிலும் சென்றன. அவைகளின் ஓரங்கள் பாதுகாப்பாக ஒளிரச் செய்யப்பட்டிருந்தன. பாதைகளின் குறுகிய ஓரங்களுக்கு மேலே பூஜ்ய வடிவங்கள் தொங்கிக் கொண்டிருந்ததை ஒப்பிட்டுப் பார்க்கையில் உலகத் தொடக்கக் காலத்து கோர உருவங்கள் அநேக அப்பாவிப் பொம்மைகளைப் போலக் காணப்பட்டன. கம்பெனியால் வளரச் செய்வதற்கான புரோட்டீன் முறைகளின் மாதிரி சோதனைக் களமாக அது இருந்தது. தொலைநோக்கி வழியாக வேடிக்கைக் குரூபிகள் தள்ளாடுவதையும், விழுவதையும், குட்டிக் கரணம் இடுவதையும் பார்க்கும்பொழுது அது அதிகாரபூர்வமாக வெறுக்கப்படுகிறது என்பதை அவன் அறிந்திருந்தாலும், அர்பன் அதை விரும்பிய காலம் ஒன்றிருந்தது.

நியூமோர் ஒருமுறை அவனது இடத்தில் விடப்பட்டான்.

"இயற்கை நிலக் காட்சியைப் பற்றி நீ என்ன நினைக்கிறாய்?" நியூமோர் சன்னலை நெருங்கியபோது அர்பன் கேட்டான். "விரும்புகிறாயா? நகரமயமாக்குதல் தனது உச்சக்கட்டத்தில் இருக்கிறது."

"ஒரு பைத்தியக்காரச் சிற்பியின் அற்பப் பிதற்றல்" நியூமோர் குலுங்கியபடி கூறினான்.

காவலாளிகள் கைப்பற்றிய தொலைநோக்குக் கருவி இல்லாமலேயே, அந்நேரம் அர்பன் தனது சன்னல் வழியாகப் பார்த்துக் கொண்டிருக்க விரும்பினான். மேலும் ஒரு நிமிடம் எந்த

முடிவுமில்லாமல் அர்பன் நின்றான். இருப்பினும் அவன் பார்த்த ஸபேரோஃபிலிமின் பாதிப்பில் இருந்தான். சென்ற ஆண்டுக்கு முந்திய ஆண்டு விடுமுறையில் அட்லாண்டிக் தீவுக்குச் சென்ற போது அவனே அதைச் செய்தான். அது ஓர் அற்புதமான நேரம்!

பிறகு அவன் வீடியோபோனின் மூடிய கண்ணைப் பார்த்தான். அன்று அவன் லின்டாவைப் பார்க்கவே இல்லை என்பதை நினைவு கூர்ந்தான். அவளை அவன் அழைக்கலாமா? அல்லது அதற்குக் காலங்கடந்து விட்டதா? சற்று தயக்கத்துடன் அர்பன் அவளது எண்ணைச் சுற்றினான்.

இந்த அழைப்புக்காக லின்டா கட்டாயம் காத்துக்கொண்டு இருந்திருக்க வேண்டும்.

“அழைத்தது அன்பிற்குரியது'' மங்கிய செம்மஞ்சள் நிறமான கலைந்த தனது தலைமயிரை சரிசெய்து கொண்டே சொன்னாள்.

“இன்று நான் மிகுந்த பணியில் ஈடுபட்டிருக்கிறேன்...'' அர்பன் தொடங்கினான்.

“எதைப் பற்றி?'' கேலியாக தனது கண்களை அசைத்தபடி லின்டா கேட்டாள்.

“அது எப்படி என்பது உனக்குத் தெரியும்... விரைந்து செய்ய வேண்டிய சில கணக்கீடுகள் இருந்தன...''

அவன் பேச்சை நிறுத்தினான்.

“அப்படியா.. மற்றுமொரு ரகசியம்...''

“லின்டா...''

“ஓ! நான் பொருட்படுத்தவில்லை. வெஸ்டர்ன் ரகசியங்களால் எனக்குப் பயனில்லை. ஆகவே, நீ மன்னிப்பதற்கு முடிவு செய்து விட்டாய்?''

“யாரை?''

“என்னைத்தான் என்று நினைக்கிறேன்''

“ஆனால் இன்று முழுக்க நான் மிகுந்த பணியில் ஈடுபட்டிருக்கிறேன் என்று உனக்குக் கூறியிருக்கிறேன்...''

“ஆமாம், புரிந்து கொண்டேன். நாள் முழுக்க நீ பணியில் ஈடுபட்டுள்ளாய். வெஸ்டர்ன் நிலப்பகுதியையும் விட்டு விடவில்லை. அப்படித்தானே?''

"ஆமாம்."

"அன்பிற்கினியவனே, அவர்கள் உன்னைக் கடுமையாக அதிக வேலை வாங்குகிறார்கள்" லின்டா மேலும் கூறினாள். "எனக்கு அண்மையில் ஓர் அடி தொலைவில் நீ கடந்தபோது என்னை அடையாளங் கண்டு கொள்ளவில்லை என்பதை எங்ஙனம் உனக்குச் சொல்ல?"

"ஏன், வெஸ்டர்ன் நிலப்பகுதிக்கு வெளியே எனது காலை ஒருபோதும் நான் வைத்ததில்லை!"

"ஆமாம். நீ சென்றாய். மேலும் என்னைக் கடந்து நடந்து சென்றாய் ஒரு வார்த்தை கூட பேசாது."

"எல்லாவற்றையும் நீ கற்பனை செய்திருக்க வேண்டும், ஜிப்சி. நான் வீட்டை விட்டு ஒருபோதும் வெளியேறவில்லை."

"வேறு யாரையேனும் நீயென்று கருதி நான் குழம்பி விட்டேனா? பொதுவாக உனது மனநிலை மாறுபாடுகளால் நான் களைத்து விட்டேன். ஒரு நாள் மிகவும் கனிவோடு இருக்கிறாய். பிறகு பிணங்கிக்கொண்டு அழைப்பது கூட இல்லை. இவை எல்லாவற்றுக்கும் காரணம் நேற்று முன்தினம் நியூமோருடன் படங்கள் பார்க்க நான் போனதாகத்தானிருக்கும் என்பதானது தரங்கெட்டதைத் தவிர வேறு எதுவுமில்லை."

"இன்னும் என்ன?" அர்பன் வசைப்பாங்கோடு கேட்டான்.

"நீ என்னைச் சரியாகப் புரிந்து கொண்டாய்" லின்டா திரும்பக் கூறினாள். "உனது நடத்தையைவிட மிகக் கேவலமானது வேறெதுவும் இருக்க முடியாது. முதலாவதாக, அவன் என்னை அழைத்தான் என்று நீ தெரிந்து கொண்டாய்... இரண்டாவதாக..."

"கிறிஸ்துவே, லின்டா, நான் ஒருபோதும் அப்படிச் சிந்திக்கவில்லை!" அர்பன் இடைமறித்தான்.

"போன மாதத்தில் முழுக்கவே நீ என்னைப் பற்றி சிந்திக்கவே இல்லை. நான் குருடு என்றா நீ நினைக்கிறாய்? கொடிவீட்டில் என்னிடம் பேசிய புதிர்களை நான் நினைவில் வைத்திருக்கவில்லை என்று நினைக்கிறாயா? அது எல்லாம் சிறிய குழந்தைகளுக்கான தேவதைக் கதைகள்."

"லின்டா, நான் உன்னிடம் குறிப்பிட்ட சோதனை இன்னமும் முற்றுப் பெறவில்லை."

இருவருமே சற்று நேரம் மௌனமானார்கள். முற்றிலும் எதிர்பாராத ஆபத்துக்களைக் கொண்ட ஒரு புதிய கோளத்தில் காலடி வைக்கத் தயங்கும் ஒரு விண்வெளிவீரன் திகைப்பது போல முடிவுக்கு வர இயலா நிலையில் அர்பன் இருந்தான்.

ஆனால் அவன் அதிலிருந்து வெளியேறியாக வேண்டும்.

“நாம் நாளைச் சந்திப்போம்'' இறுதியாக அவன் யோசனை கூறினான்.

“நான் ஐந்து மணிக்கு முடித்து விடுகிறேன்.''

“அருமை. ஆறு மணிக்கு உனக்காக நான் காத்துக் கொண்டிருப்பேன். அதே இடத்திலா?''

“தாமதமாக வரவேண்டாம்!'' அவன் மீது அவள் தன் விரலால் தட்டினாள். “அத்துடன், திறந்த வெளி அரங்கில் எலெக்ட்ரானிக் கூட்டமைவு என்ற ஒரு நிகழ்ச்சி இருக்கிறது.''

திரை இருளானது.

அர்பன் அறையின் மேலுங் கீழும் நடக்கத் தொடங்கினான். அவனது கைகள் முதுகுப்புறம் கட்டிக் கொண்டிருந்தன. அவனுக்காக நியூமோர் வரைந்த சொர்க்கம் இதுவல்ல. நிச்சயமாக அவன் தனது எஞ்சிய வாழ்நாட்களை, அவனது இரட்டையன் ஆல்வாவினால் வழிமறிக்கப்படும் அச்சத்தில், நான்கு சுவர்களுக்குள் செலவிட மாட்டான்.

கடந்த ஒரு மாதத்தில் அர்பன் நிறைய மாறியிருந்தான். தன்னிடம் ஏற்பட்ட மாற்றத்தை அவனாகவே அறிந்திருந்தான். இதில் நியூமோரின் வார்த்தை உண்மையானது, வாழ்க்கை அவனுக்கு மிகவும் சுலபமானதாகவே இருந்தது. கடந்த ஆண்டுகளில் எல்லாம் தாங்க முடியாத சுமையை அவன் தோள்களில் ஏற்றியிருந்தது போலவும், இப்பொழுது ஒவ்வொரு நாளும் அது குறைந்து கொண்டு வருவது போலவும் காணப்பட்டது. அவனது நினைவுகள் தெளிவற்றும் மிகவும் தொலைவில் இருப்பதாகவும் இருந்தன. அதில் மிகவும் பயங்கரமானது, நெருப்பைப் போல அவனை எரித்த நினைவுகள் உருகிக் கரைந்தன. எஞ்சியதெல்லாம் வலியின் நினைவுதான். 'நினைவின் நினைவு' என்பதுபோல, ஆனால் அர்பன் அது எல்லாம் என்னவென்று நினைத்துப் பார்ப்பதே இல்லை. ஏனெனில் காலைத் துண்டித்த பின்னும், முன்னைய வேதனை இருப்பதாக உணரக் கூடியவனைப் போல இருந்தான்...

அவன் இழந்த மற்றொரு கொடை, திடீரென்று கவிபுனையும் ஆற்றலை இழந்ததாகும். இந்த மாதம் முழுக்க அவன் ஒரு வரிகூட கவிதை இயற்றவில்லை.

வெஸ்டர்னிலிருந்து பச்சைத் திட்டு என வழங்கப்பட்ட பகுதிக்கு சுரங்கப் பாதை வழியாக தனது வழியை அமைத்துக் கொள்வதற்கு அர்பனுக்கு எந்தவிதச் சிரமமும் இல்லை.

நகரத்தின் சுவாசத்தால் நஞ்சாக்கப்பட்ட, வளர்ச்சி தடைப்பட்ட இந்த பூங்கா மீது அவனுக்கு ஓர் இரக்க உணர்வு இருந்தது. இங்கு முற்றிலும் மகிழ்ச்சியாக அநேக நேரங்களை, எதிர்ப்பட்ட பங்காளியுடன் சதுரங்கம் ஆடுவது, அடிக்கடி விளையாட்டைப் பார்ப்பது இப்படிப் போக்கியிருக்கிறான். போட்டி நடைபெறும் நீண்ட இருக்கையைச் சுற்றி வழமையாக ரசிகர் கூட்டம் கூடும். ஓட்டப் பந்தயங்களில் நடப்பது போல அவர்கள் இரண்டு குழுவாகப் பிரிந்து பந்தயம் கட்டிக் கொள்வார்கள். இங்கு, செஸ் வளையம் என்று அவர்களால் அழைக்கப்படும் இடத்தில் ஆர்வமிக்கவர்கள் கூடினார்கள். அவர்களின் பெரும்பான்மையோர் விண் இயக்குநர்கள். வானில் பறப்பதைத் தவிர்த்து அவர்களுக்கு வேறு தொழில் எதுவும் தெரியாது. இவர்கள் தவிர தரக்குறைவானவர்களும், எந்தத் தொழிலுமில்லாத சோம்பேறி இளைஞர்கள் சதுரங்கம் மீது உள்ள விருப்புக் காரணமாக கூடுவார்கள். எந்திரமயமாக்கல் காரணமாக அநேகர் வெளியே தூக்கி எறியப்பட்டார்கள். அது அவர்களுக்கு ஒரு சலுகை அளித்தது - எல்லையற்ற ஓய்வு நேரம்... ஒரு முறை இங்கு வருவதற்கு அவனை அர்பன் ஆக வைத்த போது நியூயோர் இத்தகைய தனிச்சிறப்போடு குறிப்பிட்டான் : "ஒரு பெரிய நகரத்தின் கசடும் அழிபாடும்."

வாயிறபுறத்தில் லின்டா அவனைச் சந்தித்தாள்.

எவரும் ஒரு பெண்ணோடு செஸ் வளையத்திற்கு வரவில்லை. எனவே அர்பன் பார்வையாளர் கூட்டத்தை பொறாமையோடு ஒரு பார்வை பார்த்தான்.

இதற்கிடையில் லின்டா இடைவிடாது பேசிக் கொண்டிருந்தாள்.

"வழக்கம் போல நீ தாமதமாக வந்திருக்கிறாய். ஆகவே ஒரு பாடல் எழுத எனக்கு நேரம் கிடைத்தது _ இரண்டே வரிகள், உன்னிடம் அதை நான் படித்துக் காட்டவா?"

“மேலே போ” உணர்வில்லாதபடி அர்பன் சொன்னான். அவனது கண்கள் உலாவந்த பார்வையாளர்கள் மீது விழுந்தது.

வார்ப்பிரும்புக் கிராதி வரிசையாய் அடைத்து நிற்கும்

வழியின்றிப் பசும்புற்கள் வாட்டத்துடன் ஏங்கி நிற்கும்....

உணர்ச்சிவசப்பட்டு லின்டா படித்தாள். “ஆனால் தொடர்ந்து சிந்திக்க என்னால் முடியவில்லை.”

அர்பன் நிறுத்தி, ஒரு நொடி சிந்தித்தான். பிறகு மெதுவாகக் கவிதை படித்தாள்.

வார்ப்பிரும்புக் கிராதி வரிசையாய் அடைத்து நிற்கும்

வழியின்றிப் பசும்புற்கள் வாட்டத்துடன் ஏங்கி நிற்கும்

சுதந்திரமாய் மூச்சுவிடத் துடித்துநிற்கும் இளம் புற்கள்

நிரந்தரமாய்ச் சிறைப்படுத்த நினைத்திருக்கும் கிராதி அணி.

“அற்புதம்!” லின்டா உரக்கக் கத்தி கைகளைத் தட்டினாள். அப்பக்கமாய்ச் சென்ற பார்வையாளன் அவளை ஆர்வத்தோடு பார்த்தான்.

“ஒரு நிமிடம் பொறு” என்று அர்பன் அவளை நிறுத்தினான். சுற்றிலும் பார்த்துவிட்டு கவிதையை முடித்தான் :

நகர் எழுப்பும் தூசி மற்றும் நாற்றம் தரும் கரியபுகை

கருஞ்சட்டை மாட்டி அவை கவலை தனைக் காட்டி நிற்கும்.

மரிக்கும் நாள் வந்ததென மயங்கி நிற்கும் புல்,

கழுத்தை நெரித்து உயிர் குடிக்க வென்றே.

“ஆனால் நீ எதைச் சொன்னாலும், அது நீதான்” முன்தினம் அவர்களது உரையாடலை லின்டா சுட்டிக்காட்டினாள். “இந்த இதே பழுப்பு நிற மேற்சட்டை அணிந்திருந்தாய் _ இதுபோல முன்னர் ஒருபோதும் பார்த்ததில்லை. ஆனால் மிகவும் வெளிறிக் காணப்பட்டாய். நீ உடல் நலமில்லாமலா இருக்கிறாய்?”

“லின்டா, என்னை நம்பு. நேற்று எனது வீட்டை விட்டு நான் ஒருபோதும் வெளியேறவே இல்லை. நீ என்னை எங்கு பார்த்தாய்?” அச்ச உணர்வால் பாதிக்கப்பட்டவன் போல வாதப்போக்கு இன்றி அர்பன் கேட்டான்.

“அங்கு, நீங்கள் உங்களையே மறந்துவிட்டீர்கள், அன்பரே” லின்டா சிரிப்புடன் சொன்னாள்.

இதற்கிடையில் அவர்கள் திறந்தவெளி அரங்கை நெருங்கி விட்டார்கள். அங்கு எலெக்ட்ரானிக் கூட்டமைவு ஒப்பித்தல் நிகழ்ச்சி விரைவில் தொடங்க இருந்தது. இசைப் பாடலாசிரியன் ஓர் எலெக்ட்ரானிக் இயக்குநன். சென்டாரியுஸ் என்னும் விண்மீன் கூட்டத்தினுள் எழுபது ஆண்டுகளுக்கு முன்னால் அனுப்பப்பட்ட தானியங்கி விண்கூண்டை அவன் சமீபத்தில் திரும்ப அழைத்தவன். இதுபோன்ற இசை நிகழ்ச்சிகள் மிகவும் மரபார்ந்ததாகிவிட்டது. நியூமோரும் அர்பனும் வேறு எதையும் விட இந்த இசையை மிகவும் விரும்பினார்கள். ஆனால் பொதுவாக இது இன்னமும் அங்கீகாரத்தைப் பெறவில்லை.

“நான் காலை உணவுக்காக தானியங்கி அருந்தகத்திற்குள் நுழைந்தேன். உனக்குத் தெரியும், அது 10வது தெரு முனையில் உள்ளதென்று. அங்குதான் சுற்று வண்ண ஓவியக் காட்சி உள்ளது.”

அர்பன் தலையாட்டினான்.

“நிச்சயமாக, உனக்குத் தெரியும்” லின்டா எரிச்சலுடன் குறிப்பிட்டாள். “நீ என்னை நோக்கி நேராக வந்து கொண்டிருந்தாய். மேலும் என்னைத் திமிராகப் பார்க்கவும் செய்தாய். நான் உன்னைப் பெயர் சொல்லி அழைக்க இருந்தேன். ஆனால் நீயோ காலை நெருக்கடியில் காணாமற் போய்விட்டாய்.”

“சரி, அவன் என்ன அணிந்து கொண்டிருந்தான்? நீ பார்த்த நபர்.”

“நீ என்ன அணிந்திருந்தாய்?” லிண்டா குறிப்புடன் திரும்பக் கேட்டாள். “ஆனால் _ நீ எப்பொழுதும் என்ன அணிவாய் என்பதை நான் உனக்குக் கூறி விட்டேன்.”

“தயவுசெய்து, விவரங்களை நினைவு கூர்ந்து பார். அது மிக முக்கியமானது.”

லின்டா நீள நினைத்தாள்.

“உனது கண்ணுக்கு எதுவுமே படவில்லையா?” அர்பன் வலியுறுத்திக் கேட்டான்.

“அதுவா, காலணிகள் ஒருவேளை....”

“காலணிகள் என்ன ஆயிற்று?”

“அவை வெற்றிடத் திண்டுடன் இருந்தன. விண்வெளிப் பயணத்தின் போது ஈர்ப்பு சக்திக்கு அப்பால் எடையற்ற நிலையில்

மிதக்கக் கூடாது என்பதற்காக அணியக் கூடியவை போல இருந்தன.''

"நீ உறுதியாகக் கூறுகிறாயா?''

"ஒருவகையில் நான் உறுதியாகக் கூறுகிறேன்'' என்று வருத்தத்துடன் லின்டா கூறினாள். "நான் உன்னிடம் கேட்க விரும்புகிறேன், ஏன் இந்த முகமூடித்தனம்: அந்தத் தானியங்கி அருந்தகம் தரையில் தான் இருக்கிறது, விண்ணில் அல்ல. ஆனால் நீ அப்படிப் பார்த்திருக்கிறாய்...'' லின்டா வார்த்தை கிடைக்காது தவித்தாள். "அப்படி வெளிறிப் போய், நான் உன் வருகைக்காகப் பார்த்துக் கொண்டிருந்தேன். அது என்ன அர்த்தம் என்று உன்னால் சொல்ல முடியுமா?''

"ஒன்றுமில்லை'' அர்பன் முணுமுணுத்தான்.

"சரி, நான் வேண்டிக் கொள்ளவில்லை.''

லின்டா வேதனையோடு காணப்பட்டாள்.

அவர்கள் நுழைவுச்சீட்டு அலுவலகம் வந்தார்கள். தானியங்கிச் சீட்டு விற்பனையாளன் 'விற்றுவிட்டன' என்ற அறிவிப்பைத் தொங்கவிட்டுக் கொண்டிருந்தான். அது வியப்பாக இருந்தது. அதுவரை எலெக்ட்ரானிக் இயக்குநர்களால் தொகுக்கப்பட்ட இசை எந்தவிதக் குறிப்பிட்ட புகழையும் பெறவில்லை.

ஏமாற்றத்துடன், "எவ்வளவு வருந்தத்தக்கது!'' என்றாள் லின்டா. திடீரென்று அவள் வெறுமனே இசையைக் கேட்க விரும்பினாள் ("எதிர்கால இசை,'' நியூமோர் சொன்னான்.)

"ஒரு நிமிடம் பொறு...'' அர்பனுக்கு பித்துக் கொள்ளித்தனமான யோசனை ஏற்பட்டது. விளம்பரத் தட்டியைப் பார்த்த ஒரு ஜோடியிடம் அவன் வந்தான். "மன்னிக்கவும்'' அவன் சொன்னான். "இசை நிகழ்ச்சி கேட்கவா நீங்கள் வந்திருக்கிறீர்கள்?''

"ஆமாம், ஏன்?'' இளைஞன் கேட்டான்.

"ஒருவேளை உங்கள் எண்ணத்தை மாற்றிக் கொண்டு திரும்பப் போவது போல எனக்குப் பட்டது. உங்களது சீட்டுகளை நாங்கள் மாற்றிக் கொண்டால் என்ன என்று நினைத்தேன்....''

"என்ன முட்டாள்தனம்'' அப்பெண் சீறி விழுந்தாள்.

அந்நேரம் இளைஞனுடைய கண்களும், அர்பனுடைய கண்களும் சந்தித்துக் கொண்டன.

அர்பன் பிரகாசமாகச் சிரித்தான். இளைஞன் வியப்படைந்தான், நிச்சயமாக இந்த மெலிந்த உணர்ச்சி வயப்படும் முகத்தை அவன் பார்த்திருக்க வேண்டும். புதியவனின் கண்கள் அன்பால் ஒளி விட்டது. அவனை அவன் சந்தித்திருக்கிறானா? ஆனால் எங்கே? அற்புதமான அம்முகத்தை ஒருமுறை அவன் பார்த்ததை நினைத்துப் பார்க்க வேண்டும். ஆனால் அவனால் நினைவு கூர முடியவில்லை.

அவனது துணைவி இப்பொழுது அர்பனைப் பார்த்துக் கொண்டிருந்தாள். சினக்குறிப்பு அவள் முகத்திலிருந்து மறைந்துவிட்டது. அவளது சமீபத்திய எரிச்சலுக்கான எந்த அடையாளமும் இல்லை.

“நாங்கள் போவதற்காக இருந்தோம்,'' அவள் கூறினாள். “ஆனால் நீங்கள் எலெக்ட்ரானிக் இசையை பெரிதும் விரும்புகிறீர்கள்.... உங்கள் பெண்ணும் கூட...'' அவள் லின்டா மீது நட்புப் பார்வையை வீசினாள். அவளோ மனங்குழம்பிய நிலையில் இந்த விநோதக் காட்சியை உற்றுக் கவனித்துக் கொண்டிருந்தாள்.

“நாம் இன்னொரு நேரம் கேட்கலாம் என்று நான் நினைக்கிறேன்'' இளைஞன் முணுமுணுத்தான். “இதோ நுழைவுச்சீட்டுகள். ஓ! இது எல்லாவகையிலும் சரியானது.''

அர்பன் அவனிடம் தந்த பணத்தை தனது சட்டைப் பைக்குள் திணித்துவிட்டு, இருவரும் நடந்து போனார்கள்.

அர்பனும் லின்டாவும் சரியான நேரத்தில் வந்தார்கள்.

“அவர்கள் ஏன் தங்களது சீட்டுகளைக் கொடுத்தார்கள்?'' லின்டா கேட்டாள்.

“அருமையான தட்பவெப்ப நிலை - இதற்குப் பதிலாக நடக்கலாம் என்று அவர்கள் முடிவு செய்திருப்பார்கள்'' அர்பன் உணர்ச்சியற்றபடி கூறினான்.

“நடந்து போகவா! நமக்கு முன்னால் பைத்தியம் போல அவர்கள் ஓடியதை நான் பார்த்தேன். அவர்கள் தாமதமாகப் போக விரும்பவில்லை. அவர்கள் மூச்சு வாங்கிக் கொள்வதற்காகவே விளம்பரத் தட்டிக்கு முன்னால் நின்றார்கள்...''

பின்புறத்திலிருந்து எதிர்ப்பு முணுமுணுப்புகள் கேட்டன. லின்டா அமைதியானாள்.

மேடை வழக்கத்திற்கு மாறாகத் தோன்றியது. அங்கு பாடுபவர்களோ, இசைக் கருவிகளோ எதுவும் இல்லை. மேடையின் மத்தியில் ஒரு மேசை டேப்_ரிக்கார்டருடன் நின்றது. அதனுடன் கூட ஒலிபெருக்கி அமைப்புச் செய்யப்பட்டிருந்தது.

முதல் சுரம் பெருமூச்சொலி போல இருந்தது. வெளிப்படையாகக் கேட்கக் கூடிய ஒரு புகார் போல. யாருடையது? நெருப்பின் சக்தியால் குளிர்ந்த உலோகத்தை விண்வெளியில் செலுத்துவதா? அல்பா சென்டாரிக்குச் சென்ற ராக்கெட்டில் ஆட்கள் யாருமே இல்லை _ அர்பன் இதை உறுதியாக அறிவான். இருப்பினும் இயற்கை மீறிய உணர்வு அவனுக்கிருந்தது. உயிருள்ள பிராணிதான் அத்தகைய பெருமூச்சு விட முடியும். கூர்மையான மற்றும் முறையற்ற சுர ஒழுகிசை முதலில் அர்பனிடத்தில் எதிர்ப்பை ஏற்படுத்தியது. ஆனால் ஒவ்வொரு நிமிடமும் புதுமையான உணர்வுகளும் ஏக்கங்களும் கொண்ட ஓர் உலகில் ஆழமாக, ஆழமாக மூழ்கினான்.

தானியங்கு விண்கூண்டிற்குப் பொறுப்பான எலெக்ட்ரானிக் இயக்குநனால் விரிவான விண்வெளிப் பரப்பைக் காண முடிந்தது.... கடைசியாக அவன் உணர்வு பெற்று விண்வெளியைப் புரிந்து கொண்டதாக அர்பன் திடீரென்று கற்பனை செய்தான். குழந்தைப் பருவத்தில் ஒரு விண்வெளி விமானியாக வேண்டுமென்று அவன் கனவு கண்டான். அவனது கனவு உண்மையாகாதது போலத் தோன்றியது. ஏனெனில் அவனது நரம்பு எதிர்வினை உணர்வு கூடுதலாகப் பெற்றிருப்பதாகக் குழு முடிவு செய்தது. அர்பன் தனது ஏமாற்றத்தை மறக்க ஒரு டெக்னிக்கல் கல்லூரியில் சேர்ந்தான். ஒரு சக்தி வாய்ந்த சர்வதேச நிறுவனத்தால் வேலைக்கு அமர்த்தப்பட்ட ஒரு சாதாரண என்ஜினியர் _ என்பது அவனது வாழ்வில் சாதனை அளவாக நின்றது. அடிக்கடி ஏற்படுவது போல அவனது கனவு மெய்யாகவில்லை என்றாலும் பின்னைய வாழ்க்கையில் அது எல்லாவற்றையும் மிஞ்சிவிட்டது. விலை குறைந்த ஜனரஞ்சகமான இதழ்களில் வெளியிடப்பட்ட விண்வெளிப் பயணங்கள் பற்றிய எல்லா அறிக்கைகளையும் அவன் படித்தான் (தானியங்கிக் கருவிகளால் தயாரிக்கப்பட்டவைகளைப் பெரிதும் விரும்பினான்). இத்தகைய சதுர சிறு வெளியீடுகளை நீல வண்ண உறைகளில் பல்லாயிரக் கணக்கில் அவன் சேர்த்தான்.

மேலும் இப்பொழுது, விநோதமான இசையை அவன் கேட்ட போது, நீண்ட காலமாக எதிர்பார்த்திருந்த அதிசயம் நடக்கப்

போகிறதென்று அர்பன் உணர்ந்தான்... இங்கு அவன் உட்கார்ந்து கொண்டிருந்தான், அல்லது ஒரு வகையில் விண்கப்பல் ஆய்வுத்திரைக்கு முன்னால் எடையற்ற தன்மையில் தொங்க வைத்திருந்தான்.

களத்தில் இருந்த ஒரே மனிதனாகிய அவனுக்கு ராக்கெட் செயலற்று இருப்பது போலக் காணப்பட்டது. விண்வெளியாளர்கள் மிகப் பெரிய நெருக்கடி உணர்வுக்கு ஆளாவதையும், அந்த சிரமத்தை வலிமையுள்ளவர்களே தாங்கிக் கொள்கிறார்கள் என்பதையும் விளக்கங்களிலிருந்து அவன் அறிந்துகொண்டான். ஆண்டுகள் கடந்தன. மேலும் அவன் ஒரே இடத்திலேயே தொங்கிக் கொண்டிருப்பது போலக் காணப்பட்டது. கண்ணிமைக்காத அதே போன்ற நட்சத்திரங்கள் அவனைச் சுற்றி இருந்தன.

ஆனால் அர்பன் தன்னைத்தானே நன்கு கட்டுப்படுத்திக் கொள்ள முடிகிறது. விண்வெளியில் ஊடுருவிச் செல்லும் ராக்கெட் ஆரம்பத்தில் பெற்ற முடுக்க வேகத்தைத் தொடர்ந்து நிலை நிறுத்தி வருகிறது என்று எந்திரப் பிரிவில் உனக்குச் சொல்கின்ற போது என்ன இயக்கமின்மை இருக்க முடியும்.

வெற்றிடத் திட்டுகள் கொண்ட காலணியை அர்பன் அணிந்து கொண்டு, கப்பல் மூலம் சுற்றிவர முடிவு செய்தான்.

அந்த இசை அவனை சுடர் ஒளி வீசுகின்ற, சுரங்கப் பாதைகள் போன்ற தாழ்வாரங்களின், பக்க அறைகள் எல்லாம் நியூட்ரைட் கவசம் பூண்டது போல ஒப்பனை செய்யப்பட்டிருந்த பாதை வழியாக அழைத்துச் சென்றது. புரோட்டீன் ரோபாட்டுகள் இரவு பகலாகப் பணியில் கருவிகளுக்கு அருகில் இருந்தன. இவை எல்லாம் அவனது குழுவினர், அவனது கூட்டாளிகள்... அர்பன் வந்தபோது முன்னைய நாளைப் பற்றி ஒவ்வொரு அறிக்கையையும் அறிவித்தது. (பூமியின் கால அளவே கப்பலில் பயன்படுத்தப்பட்டது. இது விண்வெளிப் பயணத்தின் பழைய முறைதான்). அர்பன் செவிமடுத்து, அறிவுரைகள் கொடுத்து, பயோடயரியில் குறித்தும் கொள்வான்.

சூரியன்... ஓராண்டுக்கு முன்னதாகவே அது பதினான்காவது பரிமாணத்தின் சிறிய நட்சத்திரமாக, திரையின் ஓரத்தில் வெளிப்படையாக நுணுகிக் காணக் கூடியதாக மாறிவிட்டது. ஆனால் இசை திடீரென்று நட்சத்திரத்தைக் கொழுந்து விட்டு எரியச் செய்கிறது. மேலும் பக்கத்திலுள்ளவைகளையும் அது விஞ்சி

நிற்கிறது. ஏன் அப்படி? பூமியில் உள்ளவர்கள் எப்போதும் பாடும் தங்களது ஒளிப்பிழம்பு குறித்த எல்லாப் பாடல்களையும் அந்தப் பண் உள்வாங்கி இருக்கிறதா?

பாதி சுருதியில் நின்றதுபோல இசை திடீரென்று நின்றது. தனது சுற்றுப்புறத்தைப் புரிந்துகொள்ள அர்பனுக்கு சிறிது நேரம் பிடித்தது. அவனுக்கு அருகிலிருந்த லின்டா மாறுபட்டும், எரிச்சலுற்றவளாகவும் காணப்பட்டாள்.

“நான் ஒருவகையில் வேறு எங்காவது சென்றிருக்க வேண்டும் _ அவர்கள் தங்களது சீட்டுக்களைத் தந்தது பரிதாபமானது’’ கொட்டாவியை அடக்கியவளாக அவள் கூறினாள். “வெளிப்படையாக இந்த எதிர்கால இசையை நான் அதிகம் எதிர்பார்த்தேன். நீ ஏன் என்னையே முனைப்பாகப் பார்த்துக் கொண்டிருக்கிறாய்? பொருளற்ற கூக்குரல்களின் கூட்டுக் குவியல், வேறொன்றும் இல்லை.’’

கூட்டத்தோடு வெளிச் செல்லும் பாதையை நோக்கி அவர்கள் நகர்ந்து கொண்டிருந்தார்கள். யாரையும் பார்க்க அர்பன் திரும்பவேயில்லை. ஆனால் எதிர்பாராது யார் மீதாவது அவன் பார்வை விழுந்தால், உடனே இவனுக்கு வழிவிட்டார்கள். அதிர்ஷ்டவசமாக, லின்டா அவளே விமர்சனத்தின் பெரும் பகுதியை எடுத்துக் கொண்டாள்.

“இப்போது வா, எதையுமே நீ புரிந்து கொள்ளவில்லை என்பதை ஒப்புக் கொள்’’ அவள் முணுமுணுத்தாள்.

அர்பன் லேசாகச் சிரித்தான்.

“எவன் இதில் பங்கு பெறுகிறானோ அவனால் மட்டுமே உண்மையில் இசையைப் புரிந்து கொள்ள முடியும் என்று நியூமோர் கூறினான்,’’ என்றாள் லின்டா.

“எப்படி அது?’’

“அதன் பொருளாவது, ஒருவன் இசையை மறுப்பானேயானால் அவன் தனது சொந்தப் படிமத்தைத் தான் காண்பான். அவனது சிந்தனைகள் சிரமங்கள் மூலமாகத் தோன்றும். மேலும் விண்வெளி உன்னுடைய பொழுதுபோக்கு. எலெக்ட்ரானிக் இயக்குநனால் இசையமைக்கப்பட்ட பாட்டு உனது மனத்துக்குகந்ததாக இருந்திருக்கும் என்பதில் வியப்பில்லை.’’

“நியூமோரின் எண்ணங்களில் முற்றிலும் பயனுள்ளவற்றை நீ பொறுக்கி எடுத்திருப்பதை நான் காண முடிகிறது'' அர்பன் குறிப்பிட்டான்.

அடிக்கடி சுற்றுப்புறம் பார்ப்பதை அவன் முற்றிலும் நிறுத்திவிட்டான். அர்பன் மிகவும் அஞ்சிய ஒன்று நடக்கவில்லை. அவனது அச்சங்கள் படிப்படியாக மறைந்து, அவனது சொந்த நம்பிக்கை மேலெழுந்தது. ஒரு ராகத்தை விசிலடிக்கவும் தொடங்கினான். அவன் யாருக்கும் எதுவும் கடன்பட்டிருக்கவில்லை.

அவர்கள் பச்சைத் திடலைக் கடந்தார்கள். நூறு ஆண்டுகளுக்கு முன்னதாக குறுகலாகவும், குப்பைக் கூளத்துடனும் இருந்த திருக்குமறுக்கான தெருக்களில் நுழைந்தார்கள். நெருக்கிக் கொண்டிருந்த இலையுதிர் காலத்தை வெளித் தள்ளிவிட்டு கோடைக் காலம் வந்தது போலக் காணப்பட்டது.

“நான் சுரங்கப் பாதை வழியாகச் செல்வதை விரும்பவில்லை. அங்கு இப்பொழுது அதிகப் புழுக்கமாக இருக்கிறது'' ஒரு கடை சன்னலின் கண்ணாடியின் மீது தனது விரலை போகிற போக்கில் வைத்தபடி லின்டா கூறினாள். பெரிய போலி உருவத்திற்கு விண்வெளி ஆடையணிந்த விளம்பரம் ஒன்று பின்புறம் வைக்கப்பட்டிருந்தது. “அருமையான மாலைநேரம். நாம் வீட்டிற்கு நடந்துபோகலாம்.''

“நான் அவ்வாறு உணரவில்லை'' அர்பன் பதிலளித்தான். வெளிப்புறத்தில் செல்வதைத் தவிர்க்கும்படி நியூமோர் எச்சரித்ததை நினைவில் கொண்டிருந்தான்.

“பிறகு ஒரு டாக்ஸி எடுப்போம்'' லின்டா கூறினாள். இத்தகைய மாலை வேளையில் பிரியத்திற்காகவோ, பணத்திற்காகவோ டாக்ஸிகள் முற்றாகக் கிடைக்காது என்பதை அறிந்தே இருந்தாள்.

“நாம் முயற்சிக்கலாம்'' அர்பன் மகிழ்ச்சியோடு கூறினான்.

அவர்கள் ஒரு டாக்ஸி நிறுத்துமிடம் சென்றார்கள். ஓசையின்றி மின்னுகிற கண்ணாடியை மூடிக்கொண்டு நீர்த்துளிகள் ஒவ்வொரு நொடியும் சறுக்கி விழுந்து உருண்டோடிப் பிரிதது. ஆனால் டாக்ஸிகளை விட அங்கு அதிகமான ஆட்கள் நின்றார்கள்.

அர்பன் வரிசையை மேலோட்டமாகப் பார்த்தான். பிறகு அதன் ஆரம்பத்திற்கு நடந்தான். அவனுக்குப் பின்னால் அருவருப்பான

எதிர்ப்புகளை எதிர்பார்த்தபடி லின்டா சென்றாள். ஆனால் அம்மாதிரி எதுவும் நடைபெறவில்லை. அர்பனுக்கு மக்கள் வழிவிட்டார்கள். ஒரு கார் அவர்களுக்கு முன்பாக மெதுவாக வந்து நின்றது.

"அடுத்து யார்?'' தானியங்கி டிரைவர் கேட்டான்.

அர்பனும் லின்டாவும் ஏறிக்கொண்டார்கள். மீட்டர் பெட்டியில் அர்பன் முன்தொகையைப் போட்டான். எந்திரம் விரைவு பெறத் தொடங்கியது. பயணிகளை அவர்களது கைவைத்த இருக்கைகளுக்குள்ளாக வைத்து அழுத்தியது.

"நீ ஒரு மன ஆற்றலை அறிதுயில் நிலைக்கு ஆட்படுத்துபவன் என்பது எனக்குத் தெரியாது'' என்றாள் அப்பெண்.

"அது ஓர் இலகுவான கலையாகத்தான் தோன்றுகிறது'' அர்பன் மெதுவாகச் சொன்னான்.

"நம்மிடமிருந்து எந்தப் பணமும் பெற்றுக் கொள்ளாதபடி டிரைவரைத் தன்னால் அறிதுயில் நிலைக்கு ஆட்படுத்த முடியுமா?''

"எனது சக்தி அந்த அளவுக்குப் பெரியதல்ல'' அர்பன் சிரித்தான். "எலெக்ட்ரானிக் அமைப்பு என்பது மக்களிடமிருந்து மாறுபட்டது.''

"ஓ, அது தவறுகளும் செய்யக் கூடியதா!''

"ஆனால் அது அறிதுயில் நிலைக்கு ஆட்பட்டதல்ல.''

அவர்கள் குறிப்பிட்ட அந்த இடத்தில் எந்திரம் நின்றது. மீட்டர் பெட்டியின் திறந்த வாயினுள் அர்பன் பணத்தைப் போட்டான். அதன்பிறகே கதவு திறந்தது.

"மேன்மை தங்கிய உங்களைச் சுற்றிப் புதர்கள் நிறைந்திருக்கின்றன'' லின்டா கூறினாள். அறிதுயில் மனநிலையில் அவள் எல்லையற்ற நம்பிக்கை வைத்திருந்தாள், ஆகவே அர்பனின் தந்திரங்களால் மட்டும் குறிப்பாக வியப்படையவில்லை. "நேற்று என்னைச் சந்திப்பதை நீ மறுத்தாய்.... மேலும் நான் அதை ஒரு கேலியாக எடுத்துக் கொண்டேன். அதில் எந்தக் கருத்தையும் நான் காணவில்லை.''

கதவருகே லின்டா திரும்பிச் சிரித்தாள். அர்பனைப் பார்த்து ஒரு கையை அசைத்தாள்.

தனது மெலிந்த பணப்பையின் உள்ளடக்கத்தை அர்பன் சோதித்துக் கொண்டான். அருகிருந்த சுரங்க நிலையத்தை நோக்கிச் சென்றான். நேற்று லின்டாவைச் சந்தித்ததை இப்பொழுது அவனால் சிந்திக்க முடிந்தது. அது உண்மையிலேயே ஆல்வா தானா?

தூசி படிந்த ஒரே ஒரு மின்விளக்கு படிக்கட்டிற்கு வெளிச்சம் தந்தது. மேலே ஏறியதும், பின்னால் திரும்பிப் பார்க்க திடீரென்று உந்தப்பட்டாள். அறிமுகமான ஓர் உருவம் படிக்கட்டில் அவளைப் பின்தொடர்ந்தது. அது அரை இருட்டில் தெளிவற்றுத் தெரிந்தது. சற்று முன்னர் அவள் விடைபெற்றுக் கொண்ட அர்பன் தான். மூலையில் அவன் திரும்புவதை அவள் பார்த்தாள். அதை அவள் நிச்சயமாகச் சொல்ல முடியும். இந்த அர்பன் மிகவும் விநோதமாகக் காணப்பட்டான். தானியங்கி அருந்தகத்தில் அவர்கள் நேற்று சந்தித்துக் கொண்டபோது இருந்தது போலவே காணப்பட்டான். லின்டா அவனை அழைக்க விரும்பினாள். ஆனால் அவளது குரல் அவளுக்குக் கீழ்ப்படியவில்லை. அவன் முகம் உணர்ச்சியற்று இருந்தது. படிப்படியாக அர்பன் அவளை நெருங்கிக் கொண்டிருந்தான். அவன் கன்னங்கள் பெரிதும் வெளுத்திருந்தன. அகன்ற, விரிந்த கண்கள் எதையும் விளக்கவில்லை. சற்றும் அசைவில்லாமல் லின்டா நின்றாள். அந்த உருவம் ஏறத்தாழ அவளுக்கருகே வந்துவிட்டது.

“அர்பன்... என்ன விஷயம்?'' பத்துப் பன்னிரண்டு அடிகள் அவர்களைப் பிரித்த போது கடைசியாக அவள் முணுமுணுத்தாள்.

அர்பன் எந்தப் பிரதிபலிப்பும் காட்டவில்லை. தொடர்ந்து அவனது வழியில் சென்றான். முடுக்கிவிட்ட எந்திரம் போல அவன் கால்கள் நகர்ந்து கொண்டிருந்தன.

அவனது வழியினின்றும் லின்டா நின்றுவிட்டாள். அர்பன் அவளைக் கடந்தான். பிறகு திடீரென்று திரும்பி மறைந்துவிட்டான். சுவர் வழியாக அவன் நடந்து சென்றதாக லின்டா நினைத்தாள். அல்லது அவன் வாசலில் நுழைந்திருப்பானா? ஆனால் படிக்கட்டில் எந்தக் கதவுகளும் இல்லை. அழுக்கடைந்த சுவர்தான் பனியால் சிதைவுற்று நின்றது. ஒரு நண்டு போலக் காணப்பட்ட பழுப்பு நிறமான இடத்தை லின்டா தொட்டாள். அலறுகிற உணர்வினைப் பெற்றாள்.

அந்த மின்விளக்கு குறைந்த அளவு தனது வெளிச்சத்தை தொடர்ந்து கொடுத்தது. பொருட்களின் மிகச் சாதாரணமான இது,

யாவரும் அறியும் எதார்த்தத்திற்கு எடுத்துக்காட்டான இது, ஒரு நிமிடத்திற்கு முன்னால் அசைக்க முடியாததாகக் காணப்பட்டது.

தனது இருபத்து ஐந்து ஆண்டுக் காலத்தில் இதுபோன்ற எதையும் லின்டா சந்தித்ததில்லை. அவள் முற்றிலும் அதிர்ச்சியடைந்துவிட்டாள். படிக்கட்டில் மேலும் ஐந்து அல்லது பத்து நிமிடங்களுக்கு நின்று, இந்தப் புதிருக்கு விடை காணலானாள்.

“இத்தகைய முட்டாள்தனமான தந்திரங்களை நிறுத்தும்படி நாளை அர்பனிடம் நான் சொல்லுவேன்” அவள் இறுதியாக முடிவு செய்தாள்.

தனது பையில் சாவியைத் தேடத் தொடங்கினாள்.

தொடக்கத்தில் நியூமோரின் திட்டத்தை அர்பன் வெறுத்து ஒதுக்கினான்.

“நீ என்னைக் கேலி செய்து கொண்டிருக்கிறாய்” என்றான் அவன்.

ஆர்வமிக்க, உண்மையிலேயே திறமை வாய்ந்த தனது புதிய நண்பன் விஞ்ஞான உலகத்தில் தனக்கென்று ஒரு பெயரை ஏற்கெனவே பெற்றிருந்தான் என்பதை அர்பன் அறிவான். ஆனால் சற்று முன்னர் அவன் கொடுக்க முன்வந்தது....

“மனத்தைத் தயார் செய்து கொள்” என்றான் நியூமோர். “எந்தவிதமான உட்சிக்கலுமில்லாத, உயர்ந்த தனித்தன்மையை, உயர்ந்த மகிழ்ச்சியை நீ உணர்வாய்.”

“ஆமாம், ஆனால் எந்த விலையில்!”

“அத்தகைய உயர்ந்த மகிழ்ச்சிக்கு எந்த விலையும் அதிகமில்லை.”

“நான் ஏற்றுக் கொள்வதாக வைத்துக் கொள்வோம். நீ அழைப்பதுபோல ஆல்வாவை இணங்கச் செய்ய எவ்வளவு நேரம் எடுத்துக் கொள்வாய்?”

“ஒரு மாதம் போதுமென்று நான் எதிர்பார்க்கிறேன். இன்றைக்குத் தொடங்குகிறேன்.”

“இப்போதேயா?”

“அதைத் தள்ளிப் போடுவதில் என்ன பொருள் இருக்கிறது?”

“அது நீ கூறுவதுபோல ஒவ்வொன்றும் இருப்பதாக வைத்துக் கொள்வோம்'' தயக்கத்தோடு அர்பன் பேசினான். “மக்களின் மேல் வலிமை பெற்றிருப்பது ஒருவகையில் நல்லதுதான். மேலும் மோசமான நினைவுகளிலிருந்து விடுபடுவது கூட நல்லதுதான். ஆனால் ஆல்வா என்னை எட்டிப்பிடித்தால் என்னாவது?''

“ஆல்வா முட்டாள் _ அதை நினைவில் கொள். அவனது தர்க்கமுறை செயல்வரைத் திட்டம் மிகவும் எளிமையானவை. எதார்த்தமாக, அதில் எந்த முறையும் இல்லை. அவன் பிரதிதொனிக்கு டியூன் செய்கிறான். அவனைத் தவிர்ப்பது கஷ்டம் என்பதை அறிய முடியாது, ஒரே மாதிரியான மனநிலையில் இருக்க முயற்சி செய். பிறகு ஆல்வா உன்னைக் கண்டுபிடிப்பதில் மிகுந்த சிரமப்படுவான். வேடிக்கையான நபர், உனக்கு அருமையான வாழ்வு உண்டு!''

“நான் அவனைச் சந்தித்தால்?''

“ஆக, ஒருவன் என்ன பெறுகிறானோ அதற்காக அவன் செலவு செய்தாக வேண்டும். நீ அவனைச் சந்தித்தால், அது உனக்கு மிகவும் மோசமானதாகும்.''

இதை அர்பன் தீர எண்ணிப்பார்த்தான். அவனது கற்பனை அவனுக்கு செந்நிறப்படங்களை வரைந்தது. இப்பொழுது இருப்பதைவிட ஒப்பிடுகின்ற போது அற்புதமான வாழ்க்கை தர நியூமோர் வாக்களித்திருக்கிறான். அவனது தேய்ந்து போன நரம்புகள் எஃகுக் குழாய்களைப் போல வலிமை பெற்றன. நியூமோர் அந்த வாக்குறுதி தந்தான். அவனது வார்த்தையில் அர்பன் முழுநம்பிக்கை வைத்திருந்தான்.

இரவில் உண்மையிலேயே அவன் வியர்த்துக் கொட்ட எழுந்து போகாமல் இருப்பானா, ஒன்றுமில்லாததற்கெல்லாம் அவன் குமுறுவதை நிறுத்துவானா, தனது சகாக்களிடம் சண்டையிடுவதை அவன் நிறுத்துவானா? மக்கள் நெருக்கமுள்ள சுரங்கப்பாதை ரயிலில் கவனக் குறைவாக ஒருவன் தனது காலை மிதித்து விட்டால் கொலை செய்பவனைப் போல அவன் உணராமல் இருப்பது முடியுமா? இந்த மகிழ்ச்சி சாத்தியமா? உண்மையில், எந்த விலையும் அதற்கு அதிகமில்லை. மறப்பதற்கு, மறப்பதற்கு, மறப்பதற்கு! அழகன் சார்லியை ஒருபோதும் நினையாமல் இருக்க!

“ஆனால் இது எல்லாம் பௌதிக நோக்கில் எங்ஙனம் வேலை செய்கின்றது?'' அர்பன் கேட்டான். “நான் ஓர் என்ஜினியர் என்பது நினைவிருக்கட்டும். இறைமை உணர்வை நான் புரிந்து கொள்ளவில்லை.''

“எந்தவிதமான குறைபாடுகளும் இல்லாத முழுதும் பூரணமான கொள்கையை நான் இன்னமும் கண்டுபிடிக்கவில்லை. ஆனால் அதுவா முக்கியம்? அதன் சாரம் என்னவென்றால், ஒவ்வொரு நரம்புக் கோளாறுடையவர்களையும் போல, உனது நரம்பு அணுக்கள், நரம்புகள் நிலையான நீர்ச் சுழி போன்ற பயோ மின்னோட்டத்தைப் பெற்றுள்ளன. இந்த சக்திகள் மிக நுண்ணியதாக இருப்பதால் இதுவரை அவர்கள் இதைக் கண்டுபிடிக்க இயலவில்லை. ஆனால் அதைச் செய்வதில் நான் வெற்றியடைந்திருக்கிறேன். சக்தியைச் செயலற்றதாக்கும் இந்த மின்னோட்டங்கள் கட்டாயம் நீக்கப்பட வேண்டும்.''

“மேலும் இது சாத்தியமா?''

“நான் உன்னிடம் சொன்னபடி, எனது ஆல்வா எதிர்ப்பொருளைக் கொண்டு உருவாக்கப்பட்டான். புரூக்ஹெவன் அக்சலரேட்டரில் பெற்ற எதிர் அணுத் துகளிலிருந்து நான் இவனை அமைத்தேன். ஆல்வாவின் அடர்த்தி பொருட்படுத்தக் கூடியதல்ல. முரட்டுத்தனமாகச் சொல்லப் போனால், வெற்றிடத்தை அவன் பெற்றிருக்கிறான்.''

“ஓர் அடர்த்தியற்ற மூடுபனி போன்ற ஒன்று?''

நியூமோர் தலையசைத்தான்.

“நீ ஆல்வாவை என்னிடம் காட்டுவாயா?''

“உனது குறைபாடுகளை அவனிடம் தருவதற்கு நீ ஒத்துக்கொண்டால் மட்டுமே.''

“நாங்கள் எல்லா மாலைவேளைகளிலும் பேசிக் கொண்டிருந்தோம். இன்னும் எனக்காகக் காத்துக் கொண்டிருந்ததெல்லாம் ஆல்வா பெற்றிருந்த அதே மூடுபனிக்குள்ளாகச் சூழ்ந்து கொண்டது தான். ஏன், சான்றாக, நிர்மூலமாக்கும் சக்தியை அருகே செல்லும் எவன்மீதாவது திணிக்க அவனால் முடியாதா?''

“ஏனென்றால் அவன் பாதுகாப்பு மண்டலத்தில் வளைக்கப்பட்டிருக்கிறான்'' நியூமோர் விளக்கினான், புகையை சுருளாக விட்டுக் கொண்டே.

“பிறகு ஏன் நான் அவனைத் தவிர்க்க வேண்டும்?”

“நீ வித்தியாசமான விஷயம். ஆல்வா உனது ஈரிணை அல்லது ஒருவகையில் எதிரிணை. முடிவாக.... இரும்பைக் காந்தம் கவர்வதை நீ பார்த்திருக்கிறாயா? அதே முறையில் ஆல்வா உன்னை நோக்கிக் கவர்ந்திழுக்கப்படுவான்.”

“பாதுகாப்பு மண்டலம் என்னவாயிற்று?”

“அவன் உன்னை நெருங்கி வருகின்ற நேரத்தில் இந்த மண்டலம் மறைந்து கரைந்து போகும். அது பற்றி எதுவும் செய்ய முடியாது.”

நியூமோர் தனது தோள்களைக் குலுக்கிக் கொண்டான்.

“அர்பன், ஆனால் நீ அஞ்ச வேண்டியதில்லை!” அவன் கதறினான். “ஒருவகையில் ஆல்வா மனித இனமே இல்லை, உன்னைப் பின்தொடர்கின்ற ஓர் எதிரி அல்ல. உன்மீது கணக்கிடமுடியா அளவுக்கு கவர்ச்சி அனுபவம் கொண்ட வெறும் மேகமே அது. மறுபுறத்தில், ஆல்வா உனது நரம்பு திடீர்த் தசை இழுப்பை ஈர்த்துக் கொள்ளும். அவன் உன்னுடைய சான்கோ பான்ஸாவாக, உனது உண்மையான வாள் ஏந்துபவனாக இருப்பான். அவனது உரமற்ற தோள்களில், உனது ஆர்வத்தை அழுத்திக்கொண்டிருக்கும் பாரச் சுமையை ஏற்றலாம். ஆல்வா ஓர் உறிஞ்சியாக ஈர்த்துக் கொள்ளும்...”

“ஆனால் உன்னால் அவனைப் பூட்டி வைக்க முடியாதா?” அர்பன் குறுக்கிட்டான். இப்படிச் சொல்வதில் அவன் மகிழ்ச்சியடைந்தான். “பிறகு நான் பயப்படத் தேவையிருக்காது.”

“அது உன்னையே பூட்டிக்கொள்வது போலாகும். நீ சுதந்திரமாக நடமாடக் கூடிய நிலப்பரப்பு சரியாக ஆல்வாவிற்கும் சுதந்திரமாக நடமாட உரிமைபெற்ற நிலப் பரப்பேயாகும். ஆல்வா ஒரு கொட்டடிக்குள் அடைக்கப்பட்டால், அந்தக் கொட்டடி அளவிற்கான சதுரத்தில் மட்டுமே நடமாட முடியும். நகரின் பிறபகுதிகள் உனக்குத் தடைப்படுத்தப்பட்ட நிலப் பகுதியாகும். ஆல்வாவிற்கு நகரம் தடையற்று இருக்குமேயானால், அது உனக்கும் தடையற்றதாக இருக்கும். எந்தவகையிலோ, ஆல்வாவை எப்படிப் பூட்டி வைக்கத் திட்டமிட்டிருக்கிறாய்?”

“அவர்கள் குற்றவாளிகளை எப்படி அடைக்கிறார்களோ அதேபோல.”

“நான் உன்னை ஏமாற்றியாக வேண்டும். தனது புறக்கணிக்கத்தக்க அடர்த்தியால், ஆல்வா சுவர்களின் வழியாகக் கூடக் கடந்து செல்ல முடியும். இல்லை, இல்லை, எல்லா வகையான சுவரின் மூலமாக அல்ல’’ மேலும் கூற அவசரப்பட்டான். அர்பன் தொடங்குவதைப் பார்த்ததும் “நான் உனக்கு சில அயானாக்கப்பட்ட பிளாஸ்டிக் தகடுகள் தருகிறேன். அவற்றைக் கொண்டு நீ உனது அறைச் சுவர்களை மூடி வைக்க முடியும். தெருவைப் பொருத்தமட்டில்...’’

“நான் மற்றொரு திட்டம் வைத்திருக்கிறேன்’’ என்றான் அர்பன் எக்களிப்போடு. “இந்த பிளாஸ்டிக்கால் ஓர் அங்கியை நானே ஏன் தயாரிக்கக் கூடாது?’’

நியூமோர் தலையை அசைத்தான்.

“பிளாஸ்டிக் ஊடுருவக்கூடியதென்பது நான் அறிவேன்’’ அர்பன் வலியுறுத்தினான். “ஆனால் அதுவா விஷயம்? அதைக் கொண்டு எனது பேண்ட்டுக்கு அதை உள்துணியாக நான் பயன்படுத்திக் கொள்வேன்.’’

“எதுவும் முடியாது, அர்பன்’’ வருந்தங்கலந்த தொனியுடன் நியூமோர் கூறினான். “இந்த பிளாஸ்டிக் வளைக்க முடியாது. சிறிது அளவு அதை வளைத்தாலும் அது தனது பாதுகாப்புக் கூறுகளை இழந்துவிடும்.’’

“சிறிய பிளாஸ்டிக் துண்டுகளை ஒன்று சேர்த்து என்னால் உள்துணியாகப் பயன்படுத்த முடியும்.’’

“இந்த பிளாஸ்டிக் கூறு போட முடியாதது.’’

“ஏன்?’’

“ஏனென்றால், ஒவ்வொரு துண்டும் குறிப்பாக ஒரு மூலக்கூறு.’’

“அதனால் என்ன? மூலக்கூறு பிளக்கக் கூடியதே...’’

“நீ ஏன் புரிந்துகொள்ள மறுக்கிறாய், முட்டாள்’’ நியூமோர் கொதித்தான். “எவ்வளவு முறை நான் திரும்பக் கூறுவது? எல்லாவற்றுக்கும் மனிதன் செலவு செய்ய வேண்டும். இவ்வுலகில் எதுவும் இலவசமாகக் கிடைப்பதில்லை. இந்த முக்கியமான இயற்கைக் கொள்கையைத்தான் நியூட்டன் கண்டுபிடிக்க மறந்துவிட்டார். அவரது தவறினை நான் சரிசெய்ய வேண்டியதிருக்கிறது’’ நியூமோர் திரும்பி அறையைநோக்கி

நடந்தான். இது என்னவாகும் என்று அவனாகச் சிந்திக்கலானான்: "செலவில்லாமல் நீ ஒன்றுமில்லாதற்கெல்லாம் மகிழ்ச்சியாக இருக்க விரும்புகிறாய். தோழனே, இது நடக்க முடியாது!"

தன்னைப்பற்றி கேள்விப் படாத, தனது மூளையின் ஆல்ஃபா சந்தம் பொருத்தமானதுதானா என்ற சோதனையைச் செய்வதற்கு நியூமோர் ஒரு நிமிடங் கூட தயங்கவில்லை. அவன் துணிவுள்ளவன். மேலும் தனது துணிவை மற்றவர்களிடமும் தன்னிடமும் (இது மிக முக்கியமானது) நிரூபித்தவன். அது ஒரு சோதனையாக இருக்குமிடத்து, வெறியன் போல நியூமோர் இருப்பான்; எதுவும் அவனை நிறுத்த முடியாது. இருப்பினும், பிரகாசமான அவனுடைய வாழ்க்கையிலே வெளிப்படையாகவே தனது முயற்சியையே பணயம் வைத்திருக்கிறான். இலாபம் என்பது அவனுக்கு முக்கியமானதல்ல. மிக முக்கியமானது என்னவெனில் எல்லாவகையான மனித நோவுகளையும், துயரங்களையும் ஈர்த்துக் கொள்ளும் மாதிரியை வளர்ச்சியடையச் செய்வதாகும்.

கஷ்டங்கள் வெல்ல முடியாதவையாக இருந்தன. முதல் விஷயம் முதலாவதாக வர வேண்டும் _ கொள்கை வழியில் அதை எப்படிச் சமாளிப்பது. அதன் பிறகு தனது அஞ்சத்தக்க இரட்டையிலிருந்து அதிர்ஷ்டச் சாவியைப் பாதுகாக்கும் முறையைப் பற்றி அவன் சிந்திக்க வேண்டும். வேறு வார்த்தைகளில் சொல்வதானால், மகிழ்ச்சியின் விலையைக் குறைப்பதாகும்.

சோர்வுற்ற அர்பனை நியூமோர் மதித்தான். இராணுவத்திற்கு வழி காட்டுகின்ற போது ஒரு சாரணன் இறந்தான். அபாயம் இருக்காவிடில் எந்த வெற்றியுமில்லை. ஒருவகையில் யாராவது முதலாவதாகச் செல்ல வேண்டியிருக்கும்.

நியூமோர் அர்பனிடம் வந்து தனது கையை அவனது தோளில் போட்டான்.

"நீ விசித்திரமான வாய்ப்பு அளிக்கப்பட்டாய்" அவன் சொன்னான். "அதைத் தவறவிட்டால் நீ ஒரு முட்டாள் ஆவாய்."

"வேறு யாரையோ எதற்காக நீ பார்க்கவில்லை?" அர்பன் உறுதியில்லாது கூறினான்.

"எனது நோக்கத்திற்கு எவனும் பொருந்தமாட்டான்" நியூமோர் பலமாக தனது தலையை ஆட்டியபடி சொன்னான். பயோ பிரதி தொனி என்றால் என்னவென்று உனக்குத் தெரியுமா?"

அர்பன் தலையசைத்தான்.

“அப்படியே, நீ ஆல்வாவுடன் பிரதிதொனி நிலையில் இருக்கிறாய். லட்சோபலட்சங்களில் இது ஓர் அரிய நிகழ்வுப் பொருத்தமானது.... எதார்த்தம் என்னவென்றால் உனது நரம்புகள் மிகவும் தளர்ச்சியானது என்பது மற்றுமொரு கூடுதல் அம்சமாகும். உனது பயோ மின்னோட்டங்களைப் பதிவு செய்வது மிகவும் சுலபமானது. ஆனால் நீ மறுத்தால், நரகம் உன்னிடந்தான்!'' நியூமோர் திடீரென்று கதறினான். “இந்நேரத்தில் நான் எல்லாவற்றையும் இழந்து விட்டேன் என்பது இரங்கத்தக்கது....''

“ஓகே... நான் ஏற்றுக் கொள்கிறேன்.'' புகலற்ற குரலில் அர்பன் கூறினான்.

“உனக்கு நல்லது. பிறகு உடன் வாரும்...''

ஆய்வுக் கூடத்தைக் கடந்துசென்று உலோகத்தாலான கவசத் தகட்டின் முன் நின்றார்கள். அது கிட்டத்தட்ட சுவற்றில் பொருந்தியிருந்தது. அது பாதுகாப்பான வாசல் போல் காணப்பட்டது.

“இதனால் ஆல்வாவுக்கு ஒன்றுமில்லை'' என்று நியூமோர் தகட்டை அறைந்தான். “வெண்ணெயைக் கத்தி கீறுவதுபோல அவன் தகட்டின் குறுக்காக நடந்தான். ஆனால் அவனை நிறுத்தி வைப்பதற்கு வேறு எந்த இடமும் இல்லை. ஆகவே நான் கதிரியக்கச் சாதனங்களுக்கான அறையைக் காலி செய்தேன். எந்தவகையிலும், ஒரு சிலராவது அவனைப் பார்ப்பது நல்லது.''

“மேலும் அவன் ஓடிப் போனால் என்னாவது?'' அர்பன் கதவைத் தொட்டான்.

“அவன் போக மாட்டான். அவனை நிறுத்தி வைப்பதற்கான ஒரு முறையை _ அயானாக்கப்பட்ட பிளாஸ்டிக் _ நான் கண்டுபிடித்தேன் என்று நான் உன்னிடம் கூறியிருக்கிறேன். அவனைப் பொருத்தமட்டில் இந்தத் தகடு தடையாகும். பாதுகாப்பிற்காக இந்த அறையின் உட்புறம் முழுவதையும் நான் பிளாஸ்டிக்கால் மூடியிருக்கிறேன். நீ பார்க்கலாம். உள்ளே வாரும். பயப்பட வேண்டாம். வெடிப்பது குறித்து நீ பயப்படுகிறாயா? நீங்கள் அந்நியர்களாக இருக்கின்ற வரை, ஆல்வா உனக்கு மாறுபட்டவனாகத்தான் இருப்பான்.''

சன்னல்களே இல்லாத மிகச்சிறிய கனசதுர வடிவத்திற்குள் நியூமோர் பின்னே அர்பனும் சென்றான். ஒளி ஊடுருவக் கூடிய பிளாஸ்டிக்காலான சுவர்கள் ஒளியைத் தடுக்கவில்லை. அறையில்

எந்த ஒரு பொருளுக்கும் நிழல் படியவில்லை என்பதை அர்பன் கவனித்தான். தனது கண்களால் அறையை மேலோட்டமாகப் பார்த்தான். நீர்க் காளான்களால் மூடப்பட்ட பழைய படகைப் போல விநோதமான கருவி கல அமைவு கம்பிகளால் அடர்ந்து நிறைந்திருந்தது. ஒரு பழைய அஸ்ஸிலோகிராப் முக்காலியின் மீது இருந்தது. சுவற்றில் ஒரு பள்ளம் இருந்தது. குழாயிலிருந்து தண்ணீர் கொட்டியது. கொக்கியில் ஒரு துண்டு கிடந்தது... அர்பனால் ஆல்வாவை எங்கும் காண முடியவில்லை.

“அங்கே அவன் இருக்கிறான், பார்!'' நியூமோர் ஒரு மூலையை நோக்கித் தலையசைத்தான்.

அர்பன் சிரமப்பட்டு உற்றுப் பார்த்தபோது, ஒரு புதுமையான பாதி ஒளி ஊடுருவும் பொருள், செங்குத்தான மேகம் மனித அளவில் நிற்பது தெரிந்தது.

“வழமையான சைபர்மாதிரி, எதிர் பொருளை அடிப்படையாகக் கொண்டது'' நியூமோர் கூறினான். தனது முழங்கையால் அர்பனை ஓர் இடி இடித்தான். “பயப்பட வேண்டாம். அவன் பாதுகாப்பான மண்டலத்திற்குள் சுற்றிவளைக்கப் பட்டிருக்கிறான். உனது எதிர்கால இரட்டையை நீ சந்தித்தாக வேண்டும், அவ்வளவுதான்''

மேகம் மனித உருவம் போன்ற வெறுமையான தோற்றத்தை ஏற்படுத்தியது. அவனது பக்கங்களிலிருந்து கைகள் தொங்குவது போல அவனால் கற்பனை செய்து பார்க்கவே முடிந்தது. தலை தாழ்வாகத் தொங்கிக்கொண்டு இருந்தது. உருவத்தின் ஊடாக சுவற்றைப் பார்க்க முடிந்தது.

“ஒரு மனித உருவம் போன்ற ஒரு போலித் தோற்றம் அவ்வளவுதான்'' நியூமோர் விளக்கினான். “நடைமுறை மரபுக்கு ஒரு பங்களிப்பு. எந்த வடிவத்திலும் ஆல்வாவை என்னால் உருவாக்க முடியும். ஆனால் இதுபோல ஒன்றால் அவனால் மக்கள் கூட்டத்தினுள் சுலபமாகக் கலந்து விட முடியும். இல்லையெனில் நீ நடமாடும் உனது சுதந்திரத்தை இழந்து விடுவாய்.''

ஒவ்வொரு முறையும் நியூமோர் ஆல்வா என்ற வார்த்தையைக் கூறியதும் அம்மேகம் நடுக்கமுறுவதாக அர்பன் கற்பனை செய்தான். அவன் அதைக் கற்பனை செய்துகொண்டிருக்கிறானா? அர்பன் பெரிதும் கவலையுற்றான்.

“நான் அவனை இந்த மாதிரியாக கற்பனை செய்து பார்த்ததில்லை'' என்றான் அவன் அமைதியாக.

“ஓ... இரட்டை உருமூலத்தைப் போலவே இருக்க வேண்டும் என்று நீ நினைக்கிறாயா? பயோ ரேடியோத் தொடர்புக்குள் நீ வரும்போது உன்னைப் போலவே இருப்பான். இன்னும் ஒரு மாத காலத்தில், அவன் உலகத்திற்குள் பிரவேசிக்கும்போது, சொல்லப் போனால், ஒரு நெற்றி இரு விதைகள் போல இருப்பீர்கள்.’’

“ஆனால் அவன் ஒளி ஊடுருவக் கூடியவன்!’’

“அற்ப விஷயம். கண்ணுக்குப் புலப்படாத பிளாஸ்டிக் சுருளால் அவனை மூடுவேன். நன்றாக வெட்டப்பட்ட சீருடையை அவனுக்கு வழங்குவேன் _ ஆனால் அது வெளிச்ச விளைவை மட்டுமே ஏற்படுத்தும். அல்லது நன்றாகச் செய்யப் போனால் நான் அவனுக்கு நீ அணியக் கூடிய உடையைக் கொடுப்பேன் _ இந்த ஜாக்கெட்டில் தொடங்கி பொடியாகக் கூடிய பாண்ட் வரை. நீங்கள் எல்லாவகையிலும் இரட்டை உருவாக இருப்பீர்கள்.’’

“ஆல்வா எவ்வளவு விரைவாக நகர இயலும்?’’

“எந்த வீச்சிலும் முடியும். ஒருவகையில் ஐன்ஸ்டீனின் ஒளி நிலை எண்ணை விஞ்சாத அளவுக்கு. ஒரு கார் அல்லது விமானம் இவற்றை முந்திச் செல்வது ஒன்றும் அவனுக்கு சிரமமல்ல.’’

“அவன் தெருவில் ஒரு காரை முந்திச் செல்வானானால், அவன் பொதுவாக எல்லார் கவனத்தையும் கவர்வான்’’ அர்பன் கவலையோடு கூறினான்.

“எவ்வளவு புத்திசாலி நீ!’’ ஏற்றுக்கொள்ளும் வகையில் நியூமோர் அர்பனின் தோளைத் தட்டிக் கொடுத்தான். “நான் அதுபற்றி ஏற்கெனவே சிந்தித்தேன். உனது சகோதரனது வேகத்தை நாம் குறைத்தாக வேண்டும். ஏனெனில் அவன் தெருவில் மாறுபாடாகிவிடக் கூடாது. ஒரு மணி நேரத்திற்கு மூன்று மைல்கள் போதுமா, நீ என்ன நினைக்கிறாய்?’’

“மிக அதிகம்’’ அர்பன் சுருக்கமாக விடையளித்தான். ‘சகோதரன்’ என்ற வார்த்தையையே அவன் விரும்பவில்லை. சாவுக்கு வழி வகுக்கிற ஒரு சகோதரனை அடையக் கூடிய பொருளாகக் கொள்வது பெருமையுறத்தக்கதல்ல. ஆனால் என்ன செய்யப் போகிறான்? பதக்கத்தின் மறுபக்கம் ஆல்வா. மேலும் நியூமோரின் திட்டம் பெரிதும் ஆர்வமூட்டக் கூடியதாக இருக்கிறது.

“எந்தவகையிலும் அவனுக்கு மிகக் குறைவான வேக எல்லையை நான் வைக்கமாட்டேன். ஏனெனில் அதே அளவு எல்லை தானாகவே

உனக்கும் பொருந்தும். மற்றொரு விஷயம். மனிதனைப் போல தனது கால்களை வைப்பதை நான் கவனத்தில் எடுத்துக்கொள்வேன்.''

"அவன் திடீரென்று உயரப் பறப்பானேயானால், தனது கால்களை நடைபாதைக்கு மேலேயோ, கூரைகளுக்கு மேலேயோ வைத்தால் என்ன ஆவது?''

"நீ மிகவும் புத்திசாலி, உண்மையாகவும், மெய்யாகவும்'' நியூமோர் பாராட்டிக் கூறினான். "இதைத் தவிர்ப்பதற்காக காந்த அட்டைகளை ஆல்வாவின் உள்ளங்கால்களில் நான் இணைக்கப் போகிறேன். அத்தகைய புதிய ஜோடி அட்டைகள் நான் வைத்திருக்கிறேன். காப்டன் லேர்ஸின் அன்பளிப்பு. அன்புக்குரிய உனது வெஸ்டர்னின் சோதனை மாதிரி தற்செயலானது. நல்லதும் கூட. ஒரு மெட்ரிக் டன் எடை பெறும். அவை ஓர் அவுன்ஸில் கால் பங்குக்கும் குறைவாகவே அளவு கொண்டவை.''

"ஒவ்வொன்றுமா?''

"இரண்டுமே. ஒரு முதல் தர பொறியமைப்பு!''

சற்று நேரம் அமைதி நிலவியது.

"இப்பொழுது அவனை நன்கு உற்றுப் பார்'' நியூமோர் அமைதியைக் கலைத்தான். "நீ ஆல்வாவை மீண்டும் பார்க்க முடியாது. மேலும் நீ பார்த்தால், உன்னைத் தான் நீ குறைப்பட்டுக் கொள்ள வேண்டும்.''

எந்தவகையிலோ அர்பன் குறிப்பிடத்தக்க அந்த மேகத்தைப் பார்க்கத் தொடங்கினான். இப்பொழுது அவன் நியூமோரைப் பார்த்தான். ஆனால் அப்பௌதிகவியலாளர் மேற்கொண்டு எதுவும் பேசவில்லை.

அவர்கள் அங்கு இருந்த நேரமெல்லாம் மனித வடிவ மேகம் தனது உருவரையை மாற்றிக் கொள்ளவில்லை.

"நான் ஆல்வாவைத் திரும்பப் பார்க்க முடியாதென்று நீ ஏன் கூறுகிறாய்?'' அவர்கள் திரும்பவும் ஆய்வுக் கூடத்திற்கு வந்தபோது அர்பன் கேட்டான். "நீ கூறியதுபோல, ஒரு மாதம் முழுக்க நான் அவனுக்குக் கற்பித்துக் கொண்டிருப்பேன். என்ன நடைமுறை என்பதை நீ குறிப்பிட்டுச் சொல்லவில்லை என்றாலும்.''

"அல்லது ஒருவேளை நீ எனது விளக்கங்களைப் புரிந்து கொள்ளவில்லை.''

“ஒருவகையில் நான் புரிந்து கொள்ளவில்லைதான்'' அர்பன் ஒத்துக்கொண்டான். “ஆனால் ஓர் ஆசிரியனும் ஒரு மாணவனும் ஒருவனை ஒருவன் பார்த்துக்கொள்ளாது எப்படி இருக்க முடியும்?''

“இருபது மைல்கள் சுற்றளவுக்குள் நீ இருப்பது ஆல்வாவிற்குப் போதுமானது. அதாவது, நீ நகரை விட்டு வெளியேறக் கூடாது. நான் ஆல்வாவின் கொள்கலத்தை உன்னுடைய பிரதி தொனிக்கு முடுக்கினால், என்ஜினியர் அர்பன் அவனைப் பொருத்த வரை, ஒரு சக்திவாய்ந்த வானொலி நிலையமாக மாறிவிடுவான். அல்லது, தெளிவாகச் சொல்லப் போனால், செல்_நிலையங்களின் குடியிருப்பு, ஒவ்வொன்றும் தனது அலை வரிசைக்கேற்ப ஒலிபரப்பும்.''

அவர்கள் கடந்து கொண்டிருந்த பயோஸ்டேட் கண்ணாடி மேற்பரப்பை அர்பன் உற்றுப் பார்த்தான். அதில் கன்ன எலும்புடனும் பிளவுபட்ட முகவாய்க் கட்டையுடனும் ஒரு முகத்தைப் பார்த்தான். நடுக்கத்தால் கண்கள் இமைத்துக் கொண்டிருந்தன. “ஒருவகையில் அது வானொலி நிலையங்களின் ஒரு குடியிருப்பு'' தனது பார்வையைத் திருப்பியபடி அர்பன் நினைத்தான்.

“செல்களில் உள்ள தகவல்முறையைக் கிரகித்துக் கொள்வதில் உனது சகோதரனுக்கு எந்தச் சிரமமும் இருக்காது'' மற்றொரு சிகரெட்டைப் பற்றவைத்தபடி நியூமோர் கூறினான்.

“இடைப்பட்ட நேரத்தில் நான் என்ன செய்து கொண்டிருக்க வேண்டும்?''

“நீ உனது சொந்த விஷயங்களை அமைதியாகச் செய்து கொண்டிருக்கலாம். அமைதியாக எனச் சொன்னது சொல்லணியாக அல்ல _ முன்னைவிட அதிகமான அமைதியை நீ உணர்வாய். ஆல்வா முடுக்கப்பட்டவுடன், உனது தோள்களினின்றும் பெரிய சுமையை கீழே இறக்கியது போல நீ உணர்வாய். படிப்படியாக ஆல்வா உன்னை உன்னுடைய நரம்புத் தொல்லைகளினின்றும் விடுவிப்பான். கண்ணாடியில் நீ உன்னை நல்ல முறையில் பார்த்தாயா? நீ இறந்தவனைப் போலக் காணப்படுகிறாய்?''

“பிறகு ஏன் நீ எனது சம்மதத்தைப் பெறவிருக்கிறாய்? எதுவுமே இல்லாமல் நீ செய்யலாமே.''

“இங்கு தான் நீ தவறு செய்கிறாய். உள்ளுக்குள் நீ எந்தவித எதிர்ப்பும் செய்யக் கூடாது என்பதே எனக்கு மிக முக்கியமானது.

தகவலைக் கிரகித்துக் கொள்ளும் முறையில் அது தீங்கை விளைவிக்கலாம்.''

அவர்கள் வாயிலுக்கு வந்தார்கள்.

"இப்பொழுது நான் செய்யப் போவதெல்லாம், உனது தனித்தன்மையை முன்னர் இருந்தது போல சிதைக்கப் போகிறேன்'' நியூமோர் பிரிந்து செல்கையில் பேசினான். "சிறந்த பங்கு உன்னுடையது. மிக மோசமானது ஆல்வாவை நோக்கியுள்ளது. உனது முன்கோபம், உனது நரம்புத் தளர்ச்சி தொடர்பான வெளிப்பாடுகள், உனது கணக்கற்ற கோப உணர்வுகள் ஆகியவற்றை அவன்தான் மேற்கொள்வான். எந்தவகையிலோ, நீ உன்னை மிக நன்றாகப் புரிந்து கொள்வாய். உனக்காக நான் வெளியே அதைச் சொல்லப் போவதில்லை. நீ விடுபட்டுக் கொள்ள விரும்பும் அனைத்தும் இனி ஆல்வாவினுடையதாகும். மேலும் நீ உனது வாழ்க்கையை முழுமையாக அனுபவிக்க முடியும். தலையணையை உனது தலை தொட்டவுடனேயே நீ தூங்கிப் போய்விடுவாய். உனது தூக்கம் ஆழமானதாகவும், தொல்லையில்லாததாகவும் இருக்கும். உனது தோற்றம், உனது உள்ளார்ந்த மன ஆற்றலை வெளிப்படுத்தும் சாதனமாக, அறிதுயில் நிலையை ஏற்படுத்தும் சக்தியைப் பெறுவதாக அமையும். உனக்குக் கீழ்ப்படிய மக்கள் மகிழ்வார்கள், உனது கட்டளையைச் செய்வார்கள். ஆனால் இந்த மகிழ்ச்சிக்கு விலை கொடுத்தாக வேண்டும். நீ வாழ்க்கையை மகிழ்வாக அனுபவிப்பாய். அதே வேளை ஆல்வா, உன்னுடைய பிரதி, செவிடாக, குருடாக எல்லா உணர்வுகளையும் இழந்தவனாக, தனது எதிர்முகடான உன்னைத் தேடிக் கொண்டு நகரைச் சுற்றிவருவான். அதிர்ஷ்டவசமாக, ஆல்வா முழுவடிவம் பெறுகின்ற போது, வெளித்தோற்றத்தில் உனது பிரதியாக இருப்பான். அவனது பாதுகாப்பு மண்டலம் மிகவும் சக்தி வாய்ந்ததாக இருக்கும் _ இது எனது சக்திகளுக்கு உட்பட்டது. ஆகவே உன்னிடமிருந்து வெளியேறும் வானொலி சமிக்ஞைகள், அந்த காந்தக் கவசத்தை வெளிப்படையாகவே நுழைத்துச் செல்லும். உன்னால் அமைதியாக வாழ முடியும். எதற்கும் அஞ்ச வேண்டாம். ஆனால் நீ உனது வாழ்க்கையின் தாளலயத்தை முறித்துக் கொள்ளும் அதே வேளையில், உணர்ச்சி வயப்பட்டவனாகவோ, ஏதோ ஒன்றுக்கு விருப்பத்தை வளர்த்துக்கொண்டவனாகவோ இருந்தால், உனது செல்களிலிருந்து வெளியேறும் சமிக்ஞைகளின் அடர்த்தி மேலும் பெருகும். அவற்றை வெகு சுலபமாக ஆல்வாவால் பிடிக்க முடியும்.

பிறகு அவன் உன்னை விரைவாகக் கண்டுபிடிக்க முடியும் _ நீயாகவே அதைக் காண வேண்டும்.''

“மிகவும் சுணங்கிவிட்டது, நான் போக வேண்டும்'' அர்பன் கூறினான்.

“இன்னுமொரு விஷயம்'' கையைக் குலுக்கிக் கொண்ட பிறகு அவனது கையைப் பிடித்து நிறுத்திச் சொன்னான் நியூமோர். “ஆல்வா வெளியே சென்று நகரத்தைச் சுற்றிவரத் தொடங்குகின்ற போது, அவன் உனக்கு அறிமுகமானவர்களைச் சந்திப்பது சாத்தியமாகும். அவர்களும் கூட அவனது கவர்ச்சிப் பொருளாவார்கள். ஏனெனில் அவர்கள் ஒவ்வொருவரும் உனது பயோ அலைகளை, சந்திரன் சூரியக் கதிர்களைப் பிரதிபலிப்பது போல, பெறவும் பிரதிபலிக்கவும் செய்வார்கள்.''

“ஆக, அவர்களுமா...''

“இல்லை, இல்லை'' நியூமோர் குறுக்கிட்டான். “ஆல்வாவை அவர்கள் சந்திப்பதால் அவர்களுக்கு எந்த ஆபத்தும் இல்லை _ அவன் உன் ஒருவனிடம் மட்டுமே இசைந்து வருவான். இதை நினைவில் கொள்.''

இரவு வெகுநேரமாகிவிட்டது. நகரும் பாதை மழையினால் அடித்துச் செல்லப்பட்டு ஒரு கருப்புக் கண்ணாடியைப் போல மினுமினுத்தது. அபூர்வமாக அப்பக்கம் சென்றவர்கள் கூட, உலர்ந்த கம்பிகளைப் பிடித்தபடி விரைந்து சென்றார்கள். போதாத வெளிச்சத்தால் அவர்கள் எல்லாரும் மழைக்கால மேற்சட்டைகளில் ஒன்று போலவே காணப்ட்டார்கள். நகரும் பாதையில் அர்பன் கால் வைக்கவில்லை. ஆனால் சுரங்கப் பாதையில் நடந்து போக முடிவு செய்தான். கையில் உள்ள பாத்திரத்திலிருந்து பொருள் சிந்திவிடுமோ என்று பயப்படுவதுபோல அவன் கவனமாக நடைபோட்டான். தான் புறப்பட்டவுடன் நியூமோர் குறியீடு விளக்கக் கருவியை இயக்கி இருப்பான் என்பதையும், இந்த குறிப்பிட்ட நேரத்தில் அவனது மரபு சார்ந்த தகவல் ஆல்வாவின் நினைவிற்குள் சென்று கொண்டிருக்கும் என்பதையும் அவன் அறிவான். அவன் தனது தோள்களை உலுக்கிக் கொண்டான். கடந்தசில நாட்களாக அவன் இருந்து வந்ததைவிட இன்னும் மிக நன்றாக இருப்பதாக அவன் ஏற்கெனவே உணரத் தொடங்கிவிட்டான்.

“நான் ஏற்கெனவே இரண்டு துருவங்களாகப் பிரிக்கப்பட்டுவிட்டதாகவும், ஒன்றில் கூட்டல் குறியும் மற்றொன்றில் கழித்தல் குறியும் இடப்பட்டிருப்பதாகத் தெரிகிறது'' அவன் தனக்குத்தானே சொல்லிக் கொண்டான். அவனைவிட்டு ஒருபோதும் நீங்காத பயங்கரமான நினைவுகூட மங்கியது போலக் காணப்பட்டது...

வெஸ்டர்ன் ஊழியர்கள் புதிய அர்பனை வியக்கத்தக்க முறையில் பார்த்தார்கள். அவன் வெளித்தோற்றத்தில் மாறிவிட்டான் என்பதல்ல _ அவனது தாவு அடி உறுதியாகியுள்ளது என்பதும் அவன் கூனியிருக்கவில்லை என்பதுமாகும். அவர்களிடம் பேசிக் கொண்டிருக்கும்போது, அவன் தனது கண்களை வேறுபக்கமாகத் திருப்பிக் கொண்டான். இப்பண்பு அவனிடம் முன்பு இருந்ததில்லை. அவன் பார்வை மிகவும் அழுத்தமாகவும், குமாரி ஷீலா கூறியதுபோல, 'ஊடுருவுவதாக'வும் மாறி இருந்தது. இருப்பினும் வலதும் இடதுமாக அவள் சொன்ன கதை, மிகவும் நம்பும்படியாக இல்லை.

“நேற்று அவன் தலைவரின் வரவேற்பு அறைக்கு வந்தான்'' அவள் சொன்னாள். “ஒரு மணி ஆகிக் கொண்டிருந்தது. மதிய உணவுக்கு முன்னதாக நான்காவது பகுதியின் அறிக்கையை டைப் செய்யும்படி தலைவர் என்னிடம் கூறினார். அந்நேரம் அர்பன் உள்ளே வந்து 'வணக்கம்' தெரிவித்தான். டைப்ரைட்டரின் அச்சுப் பொறியிலிருந்து எனது கைகளை எடுக்காமலேயே நானும் அவனுக்கு நல்வாழ்த்துச் சொன்னேன். ஏனெனில் அப்போதுதான் தான் வீணாக அரட்டை அடிக்கும் நிலையில் இல்லாது, மிகவும் சுறுசுறுப்பாக இருக்கிறேன் என்பதை அவன் புரிந்து கொள்வான் என்பதற்காக.

“ 'நீங்கள் எனக்கு ஓர் உதவி செய்ய முடியுமா?' அர்பன் கேட்கிறான்.

“ 'என்னால் முடியாது' பதிலளிக்கிறேன் நான்.

“ 'இங்கு பாருங்கள். குறைந்த வெப்பநிலை ஆய்வுக்கூடத்திற்கு நீங்கள் போக வேண்டும் என்று நான் விரும்புகிறேன்.' நான் எதுவும் கூறாவிட்டாலும் அவன் தொடர்ந்தான். 'அலேனிடமிருந்து புதிய சஞ்சிகையை எடுப்பதற்காக. கண்டத்திலிருந்து அவனுக்கு ஒரு பார்சல் இன்று வந்திருக்கிறது.''

“ ‘நீங்களாகவே போய் ஏன் அதை எடுத்துக் கொள்ளக் கூடாது?’

“ ‘என்னால் முடியாது’ அவன் கூறுகிறான். ‘ஒரு மாதத்திற்கு முன்னர் அவனோடு சச்சரவிட்டுக் கொண்டேன். அது குறித்து நான் வெட்கப்படுகிறேன்.’

“அந்நேரத்தில் நான் எனது தலையை உயர்த்தினேன். அவன் என்னை ஒரு பார்வை பார்த்தான்... அது புண்ணாக்குவது போல இருந்தது. எனது விருப்பத்திற்கு மாறாக இருக்கையிலிருந்து நானாக எழுந்து நின்றேன்.

“ ‘அலேன் என்னிடம் சஞ்சிகையைத் தராவிட்டால் என்ன செய்வது?’ நான் அவனை முட்டாள்தனமாகக் கேட்டேன்.

“ ‘ஓ, அவன் தருவான்’ சிரித்துக்கொண்டே அர்பன் சொன்னான்.

“யாரோ என்னைப் பிடித்து இருப்பதுபோல நான் பூஜ்ய _ கடைக்குச் சென்றேன். எனக்குப் பின்னால் இருந்து கத்தினான் : ‘அந்த சஞ்சிகை நியூக்கிளியசும் ஸ்பேசும் எனப்படும், மறந்துவிட வேண்டாம். பத்து நிமிடங்களில் உங்களைத் திரும்ப எதிர்பார்க்கிறேன்.’

“மேலும் நீங்கள் என்ன நினைக்கிறீர்கள்? இது எல்லாம் அர்பன் சொன்னது போலவே சரியாக நடந்தது’’ ஷீலா தனது கதையை முடித்தாள். அவளது அழகிய கண்கள் குறிப்பிடும்படி சுற்றிச் சுழன்றன.

ஆனால் கேட்டவர்களில் அநேகர் நம்பிக்கையற்றுப் போனார்கள். எல்லா பௌதிக விஞ்ஞானிகளும், அவர்கள் மட்டுமல்லாது, பூஜ்ய_கடை என்று உள்ளூரில் அழைக்கப்படும் குறைந்த வெப்பநிலை ஆய்வுக்கூடத்தில் பணியாற்ற அண்மையில் வந்துள்ள இளம், நிகழ்ச்சி இயக்குநர் சார்லி மேக்கிராவுண் குமாரி ஷீலாவின் பாவனையில் விழுந்துவிட்டது போலக் காணப்படுவதை அறிவார்கள். ஆக, அவளை அங்கிருந்து விரைந்து போக வைக்க, அவளது தலைவரின் பணி மறந்துவிட்டது, விளங்காத காந்த சக்தி எதுவும் தேவையில்லை. அர்பனுக்கு இது குறித்து எந்தச் சம்பந்தமும் இல்லை.

அர்பன் நன்கு வேலை செய்து கொண்டிருந்தான். அவனாகவே, யாருடைய உதவியுமின்றிக் கணக்குகள் போட்டான். இக்கணக்குகள்

அயானிக் யுனிவர்சல் கம்பியூட்டர் சேற்றில் மூழ்கிப் போயிற்று. பிறகு அவன் தனது பகுதியில் அனாலகஸ் கருவி ஒன்றை அமைத்தான். தற்காப்புத் துறை அதைப் பெறுவதற்காக ஓராண்டுக்கு மேலாகக் காத்துக் கொண்டிருந்தது. தலைவர் தானே அர்பனின் துறையைப் பாராட்டினார். முதியவர் வில்நெர்டன் பெரிதும் கவர்ச்சியுற்று அர்பனுக்கு மூன்றுமாதச் சம்பளத்தை போனஸாக வழங்கினார்.

அச்ச உணர்வுகளுக்கு ஆளாகக்கூடியவன் அர்பன் என்பதும், அவன் ஒரு துறவியைப் போல வாழ்ந்தான் (ஆயினும் முன்னைய தனது சகாக்களுடன் கூடிக் குடித்து மகிழ்ந்தவர்களில் ஒருவனல்ல அவன்) என்பதும், தனது அறையின் சுவர்களை மலிவான பிளாஸ்டிக்கால் மூடியிருந்தான் என்பதும் எந்த ஒரு நபருக்கும் தெரியாது...

எலெக்ட்ரானிக் இசை நிகழ்ச்சிக்குப் பிறகு, லின்டாவை விட்டுப் பிரிந்த பிறகு, ஒருவித பயத்துடன் அர்பன் வீடு வந்து சேர்ந்தான். லின்டா பிழை செய்திருக்க முடியாது. அவள் ஆல்வாவைப் பார்த்தாள் என்பதாகும். ஆக, நியூமோர் பணியை நிறைவேற்றிவிட்டான், ஆல்வா போய் விட்டான். அவன் என்ன செய்யப் போகிறான்? தனது பிறிதொரு துருவத்தைச் சந்திப்பதை அவன் எங்ஙனம் தவிர்க்கப் போகிறான்? அவன் அறைக்குள்ளாகவே தங்கிவிடப் போகிறானா? தனது ஆய்வுக்கூடத்தின் சுவர்களுக்கு பிளாஸ்டிக் உறைபோட்டா? அதன் நோக்கத்தை அவன் எங்ஙனம் விளக்குவான்? அவனது புதிய துறைத் தலைவர் பதவிக்கேற்ப பெரியதும் சிறந்ததுமான வீட்டிற்குச் செல்ல அவன் மறுத்தது, போதுமான பேச்சு ஏற்கெனவே ஏற்பட்டிருந்தது. ஆனால் அர்பன் தனது பழைய அறையில் இருப்பதே பாதுகாப்பானது என்று உணர்ந்தான்.

வீட்டிற்குத் திரும்பிய அர்பன் வீடியோ போனை நிறுத்தினான். அதன் வழி பேசுவதைத் தவிர்த்தால், அவன் சற்று அமைதியை உணர்வான். அந்த அமைதிதான் நியூமோர் ஆலோசனை சொன்னதாகும்...

இப்பொழுது அவன் நன்றாகத் தூங்கினான். வீட்டிற்குள்ளேயே முடிந்த அளவு இருக்க முயன்றான். லின்டா தன்னிடம் சொன்னதைத் தவிர வேறு எது குறித்தும் ஆல்வா அவனைத் தொந்தரவு செய்யவில்லை.

இன்னும், நரம்புகள் உலோகக் கம்பிகளைப் போல பலமுள்ளதாக இருந்தும், அர்பன் கற்பனை செய்தது போல, அது இன்ப நிறைவுடையதாக இருக்கவில்லை. ஒரு நாள், சிந்தனையில் மூழ்கியபடி அவன், அனிச்சையாக வீடியோபோனை முடுக்கினான். திரை உடனே வெளிச்சமாகியது. யாரோ இவனோடு தொடர்பு கொள்ள முயன்று கொண்டிருந்தான். சில நொடிகளுக்குப் பிறகு லின்டாவின் முகம் திரையில் தோன்றியது.

“ஆர்பி, ஒவ்வொரு நாளும் நான் உன்னை அழைத்தபடியே இருக்கிறேன், பதில் தான் ஏதுமில்லை. ஏதேனும் ஏற்பட்டு விட்டதா?''

“நான் மிகவும் சுறுசுறுப்பாக இருக்கிறேன்'' அர்பன் ஆர்வமற்றுப் பதிலளித்தான். இந்த நாட்களில் அவன் தனது உள் அமைதியைப் பாதுகாப்பதில் முக்கியமான ஈடுபட்டிருக்கிறான்.

“நாம் ஏற்றுக் கொண்டபோது, நீ ஏன் வரவில்லை?''

“என்னால் முடியவில்லை.''

“உனக்கு நலமில்லையா?''

அர்பன் தனது தலையை ஆட்டினான்.

“நாம் ஒருவருக்கொருவர் சந்தித்துக் கொண்டு எத்தனை நீண்ட காலமாகி விட்டது...''

அவனது வாழ்க்கையிலிருந்து தனது அமைதியைக் கெடுக்கும் எல்லாவற்றையும் விலக்கிக் கொள்ளும் விருப்பத்திற்கும், வழக்கம்போல வாழவேண்டும் என்ற விருப்பத்திற்கும் இடையே நடந்த உள் போராட்டத்தால் அர்பனின் இதயம் கிழிந்தது.

வெறுமனே ஏழு நாட்களாக மட்டுமல்லாது, பேரூழிக் காலத்திற்கு ஆல்வா நகரைச் சுற்றிக் கொண்டு இருப்பது போல அவனுக்குத் தோன்றியது. ஒரு நீண்ட காலத்திற்கு உயிரோடு இருக்க அர்பன் முயன்றாலும்கூட, அத்தகைய வாழ்க்கையின் பயன்தான் யாது?

“என்னை மன்னித்துவிடு, லின்டா. அது எனது தவறல்ல...''

“ஓ, அதுபற்றிப் பரவாயில்லை. சொல் ஆர்பி, அந்த இசை நிகழ்ச்சி நடந்த மாலை நாம் பிரிந்த பிறகு, நீ எங்கு சென்றாய்?''

“வீட்டிற்கு, வேறு எங்கே?''

“நம்பிக்கையாக இருக்கிறாயா? அது மிகவும் முக்கியமானது.''

"நான் சுரங்கப் பாதையில் சென்றேன், ஒரு பெட்டியில் ஏறி வீட்டிற்குப் போனேன்.''

"நீ நலமில்லாது இருக்கிறாய், ஆர்பி.''

"ஏன்? எது உன்னை அப்படி நினைக்க வைக்கிறது?''

"நீ மிகவும் நலமின்றி இருக்கிறாய். மேலும் அதைப் பற்றி நீயே அறிந்து கொள்ளவில்லை.''

"எதனால் எனக்கு நலமில்லை, டாக்டர் லின்டி?''

"நீ... நீ உறக்க விரும்பியாக இருக்கிறாய்'' லின்டா உளறிக் கொட்டினாள்.

"மற்றொன்றையும் நினைத்துப் பார். முன்னிலும் விட நான் நன்றாகத் தூங்குகிறேன். எனது சொந்தப் படுக்கையில் நான் மிகவும் வசதியாக இருக்கிறேன்.''

"இது வெறும் கேலிப் பேச்சல்ல, ஆர்பி.''

திரைக்கு மிக அண்மையில் லின்டா தனது முகத்தை இழுத்தாள். சாயம் பூசிய கண்ணிமையில் மயிர் வரிசை துடித்தது தெரிந்தது.

"அன்று மாலை... நீ சுரங்கப் பாதையில் சென்றதாக மட்டுமே நினைக்கிறாய்... எதார்த்தத்தில் நீ என்னை மேலே படிக்கட்டு வரை பின்தொடர்ந்தாய்...''

"நானா வந்தேன்?''

"உனக்கு ஒன்றுமே தெரியாது. நீ... தூங்குவது போல காணப்பட்டாய்....''

இப்பொழுது அர்பன் புரிந்துகொண்டான்.

"நான் மாடிப்படியில் நின்றபோது நீ நெருங்கி வந்தாய்.''

"நான் உன்னைத் தொட்டேனா?''

"நீ எதையும் பார்க்கவில்லை, உனது கண்கள் விரியத் திறந்திருந்தும்கூட. கிட்டத்தட்ட நீ என்னுடனே நடந்து வந்தாய்.''

"அப்படியா?''

"நான் பக்கவாட்டில் நகன்றேன், நீ விரைந்து போய்விட்டாய்...''

"நான் உனது அறைக்குப் போனேனா?''

"இல்லை'' லின்டா முணுமுணுத்தாள்.

“பிறகு... நான் எங்கு போனேன்?”

“எனக்குத் தெரியாது.”

“நீ என்னைப் பார்த்தாயா?”

“ஏறத்தாழ ஒரு நொடிக்கு நான் மயக்கமுற்றேன்... ஒரு சில நொடிகள்... எனக்கு நினைவு வந்தபோது நீ மறைந்துவிட்டாய். ஏதோ ஒரு சுவற்றுக்குள் நடந்து போவது போல. கிட்டத்தட்ட நீ படிக்கட்டின் கீழே போய், நடந்து போயிருக்க வேண்டும்.”

“ஒரு விநோதமான கனவு” அர்பன் வலியச் சிரித்துச் சொன்னான்.

“அது ஒரு கனவல்ல! முதலில் நீ ஒரு தந்திரம் செய்ய விரும்புகிறாய் என்றே நான் நினைத்தேன். ஆனால் பிறகுதான் எனக்கு எல்லாமே தெளிவாகியது _ நீ நலமின்றி இருக்கிறாய். இரவு முழுக்க என்னால் தூங்க முடியவில்லை... நான் உன்னை அழைத்தேன், ஆனால் உனது வீடியோபோன் வேலை செய்யவில்லை... மறுநாள் நீ வரவில்லை. முன்கூட்டியே அனுமதி வாங்கியிருந்தால் ஒழிய வெஸ்டர்னுக்குள் யாரும் போக முடியாது என்பதை நீ அறிவாய். சொர்க்கத்திற்குள் நுழைவது அதைவிடச் சுலபமானது. நீண்ட நாட்களாக நான் உன்னைப் பார்க்கவில்லை. நான் எனது திரையையே ஏறத்தாழ எரித்துவிட்டேன். உன்னிடம் வர வேண்டும் என்பதற்காக நான் அவ்வளவு கஷ்டப்பட்டு முயன்றேன்.... பிறகு மற்றுமொரு விஷயம் இருக்கிறது. விண்வெளிப் பயணத்தில் நீ போய்க் கொண்டிருப்பதுபோல, இசைநிகழ்ச்சிக்குச் சென்றபோது எதற்காக கண்டங்களுக்கிடையே செல்லப் பயன்படும் காலணியை அணிந்து சென்றாய். இந்த வேடிக்கையை நான் பூங்காவில் கவனிக்காமல் இருந்துவிட்டேன். படிக்கட்டில் நீ என்னை நெருங்கியபோதுதான் பார்த்தேன். எடையற்ற காலணிகள் எதற்காக, வேண்டிக் கேட்கிறேன்? விசித்திரமாக இல்லை? வா, நாம் போகலாம்” அவள் முடித்தாள்.

“எங்கு?”

“எனக்கு ஒரு டாக்டரைத் தெரியும்... துறைமுகத்திற்கு அருகில் அவன் வசிக்கிறான்...”

“இல்லை, லின்டா”

“மறுக்காதே! நீ கட்டாயம் வர வேண்டும்!”

“எனக்கு டாக்டர் தேவையில்லை.”

“இது திரும்பவும் நேர்ந்தால் என்ன ஆவது?”

“டாக்டரால் உதவ முடியாது.”

“குழந்தைபோல நடந்து கொள்ளாதே, அர்பன்!”

நரம்புகளுக்குப் பதிலாக இரும்புக் கம்பிகள் கொண்ட ஒரு மனிதனிடம் அவள் இதைச் சொல்லிக் கொண்டிருந்தாள்! அர்பன் சிரித்தான்.

“திரும்பவும் நாம் சந்தித்து விவாதிப்போம்” என்றாள் லிண்டா.

“ஒருவேளை அடுத்த வாரம்” அர்பன் தயங்கியபடி சொன்னான்.

“இல்லை. இப்பொழுதே, உடனேயே நாம் பேசியாக வேண்டும்.”

“நல்லது. நாம் பேசிக் கொண்டிருக்கிறோம்.”

“இது அது போன்றதல்ல, அப்படியா?”

“மிகவும் சரி” அர்பன் தானே எதிர்பார்க்காதபடி திடீரென்று கூறினான்.

நடைக்கூடம் நெடுகிலும் அவன் ஓடினான், பாதுகாப்பாளர் அறையைக் கடந்து, தெருவிற்குள் ஓடினான். கார்கள் மிகக் குறைவாகவே ஓடின இந்த இரவு நேரத்தில்.

“கடைசியாக!” லிண்டா நடுங்குகிற குரலில் சொன்னாள்.

ஒரு வெப்ப அலை தனது இதயத்தைத் தாக்குவதாக அர்பன் உணர்ந்தான்.

“இந்த வழி போவதற்கான ஒரு கார் நான் வைத்திருந்தேன்” அவன் சொன்னான்.

“அது ஒரு பயங்கரமான வாரம்.”

“நாம் போய் கீழே உட்காரலாம்.”

“நீ ஏன் சுற்றிப் பார்த்துக் கொண்டிருக்கிறாய்? நம்மைத் தவிர இங்கு வேறு யாருமில்லை.”

அவர்கள் தங்களது கொடிவீடு நோக்கி மெதுவாக நடந்தார்கள்.

“இங்கு ரொம்ப நேரமாக இருக்கிறாயா?”

“இருபது நிமிடங்களாகத்தான். எனது எலும்பெல்லாம் சில்லிட்டுப் போய் விட்டது.”

அர்பன் தனது கையை அவளது தோள்களின் மீது படர விட்டான்.

"அந்த மாடிப்படியில் நான் உன்னைப் பார்த்தபோது, ஆர்பி எனது ஐம்புலன்களாலும் நான் அஞ்சிவிட்டேன்..."

தனது முடிவை லின்டாவிடம் எப்படிக் கூறுவதென்று அர்பன் வியந்து கொண்டிருந்தான். எவ்வளவு விரைவாக அவளிடமிருந்து அவன் விட்டுப்பிரிகிறானோ அவ்வளவு நல்லது. அதுதான் அவன் இங்கு வந்ததற்குக் காரணம்.

"லின்டா..."

"ஆம்... அன்பரே?"

"நாம் ஒருவருக்கொருவர் பார்ப்பதை நிறுத்த வேண்டியவர்களாக உள்ளோம்."

சுவற்றுக்குள் ஓடுவதுபோல அவள் தனது தடத்தில் நின்றாள். அவனது அணைப்பினின்றும் விடுபட்டாள்.

"அப்படியா... ஆக நீ...."

"உன்னால் எதுவும் பார்க்க முடியாது, லின்டா" தன் குரலில் ஒருவிதக் கலக்கத்தோடும், திரும்பவும் சுற்றிப் பார்த்துக்கொண்டு அர்பன் சொன்னான்.

மரங்களடர்ந்த பூங்காவின் இந்த மூலையில், பகலில் ஒருசிலராவது சுற்றித் திரிவது போய், இப்பொழுது முற்றிலும் பாலைவனமாகக் காட்சியளித்தது. தனக்கு முன்னால் ஏதோ வெள்ளை நிறத்தில் மினுமினுப்பதை அர்பன் பார்த்தான். அவன் ஓடியாக வேண்டும்! ஆனால் விஷயம் என்ன ஆவது _ நொடிப் பொழுதில் ஆல்வா அவனைப் பிடித்து விடுவான். அர்பனின் தசைகள் பயத்தால் முறுக்கேறின. ஓ! அது பிர்ச் மரம் வெள்ளையாக மினுமினுத்தது. அர்பன் ஆறுதல் பெருமூச்சுவிட்டான்.

அவன் லின்டாவின் கையைப் பற்றினான். அப்பெண் அவனை அக்கறையற்றபடி பின்தொடர்ந்தாள்.

விண்ணிலே குறுகிய பிறை தெரிந்தது. கொடிவீட்டுச் சுவற்று நிழல் படிந்த இடத்தில் அர்பன் நின்றான். பனித்துளி இல்லாத இடமாகப் பார்த்து அவர்கள் அமர்ந்தார்கள்.

"புதிர்போட்டுப் பேசுவதை நிறுத்து" லின்டா கவலையுடன் கூறினாள். "உண்மையைக் கேட்பதற்கு எனக்குப் போதிய துணிவு இருக்கிறது. அது என்ன? மற்றொரு பெண்ணா?"

“நீ ஒருத்தி மட்டுமே எனது ஒரே பெண்’’ தனது தலையை அசைத்தபடி அர்பன் கூறினான்.

“அது உண்மையா?’’ லின்டா உணர்ச்சி வயப்பட்டுக் கேட்டாள்.

ஆனால் அர்பன் பொய் பேசும் மனிதனைப் போலக் காணப்படவில்லை.

“அது உண்மை’’ அவள் மகிழ்வுடன் திரும்பச் சொன்னாள். “பிறகு ஏன் நாம் பிரிய வேண்டும்? ஏனென்றால் நீ நலமின்றி இருக்கிறாய், அப்படித்தானே?’’

அர்பன் பதில் பேசவில்லை. அவனது அமைதியை சம்மதத்திற்கு அறிகுறியாக எடுத்துக்கொண்டு லின்டா மேலும் தொடர்ந்தாள் :

“மட்டிப் பையனே! மிக நீண்ட காலத்திற்கு முன்னமேயே, ஒரு மாதத்திற்கு முன்பாகவே நான் கவனித்தேன். ஆனால், அது என்னவென்று என்னால் புரிந்து கொள்ள முடியவில்லை. முதலில் அது எல்லாம் உன்னுடைய விநோதமான வழிகளால் ஏற்பட்டதென்று நான் யூகித்தேன். பிறகு நீ என்னைக் கேலி செய்கிறாய் என்று நான் நினைத்தேன். அந்த இசை நிகழ்ச்சி நடந்த அந்த இரவில்தான், நீ மிக மோசமாக நிலையில் இருப்பது பற்றி எதுவும் தெரிந்து கொள்ளாது இருந்தேன்’’ அப்பெண் தனது உள்ளங்கையை நிலவு ஒளியில் நீட்டினாள். அவள் அதைப் பிடிக்க முயற்சிப்பது போலத் தோன்றியது. “பரவாயில்லை. நாம் பிறிதொன்று பற்றி சிந்திப்போம். ஆர்பி, நீ அவ்வளவு மோசமாகத் தோற்றமளிக்கவில்லை. உனது கன்னங்களில் நீ வர்ணம் கொண்டிருக்கிறாய். ஆர்பி, நிறுத்து அதை!’’ அவள் திடீரென்று கத்தினாள்.

“நீ என்ன சொல்கிறாய்?’’

“சுற்றிலும் பார்ப்பதை நிறுத்து!’’

அர்பன் ஏதோ சொல்வதற்கு இருந்தான். ஆனால் லின்டா அவனை முந்திக் கொண்டு பேசினாள் :

“முயற்சி செய். சுற்றிலும் பார்ப்பதில்லை என்று தீர்மானம் செய். நீ உனது நரம்புகளைக் கட்டுப்பாட்டிற்குக் கீழ் வைக்க முயல வேண்டும்’’ அவள் முக்கியமானதாகச் சொன்னாள். “நீ நலமடைவாய். எனக்கு அது பற்றி சந்தேகம் இல்லை. இன்றைய நாட்களில் எல்லா வகையான நரம்பு வியாதிகளையும் அவர்கள்

குணப்படுத்துகிறார்கள். உயிரியல் பயிற்சியில் ஆர்வமிக்க ஒரு பௌதிகவியலாரிடம் நான் கேட்டேன்....''

"நியூமோரையா நீ சொல்கிறாய்?''

"ஆம்'' சற்று நேர மௌனத்திற்குப் பிறகு லின்டா ஒத்துக் கொண்டாள். "அவன் என்னிடம் வியக்கத்தக்க விஷயம் ஒன்றைச் சொன்னான். என்னால் கூட அவை எல்லாவற்றையும் புரிந்துகொள்ள முடியவில்லை. அவன் கண்டுபிடித்துள்ள ஒரு பொறி கடற்பாசியைப் போல எல்லா நரம்பு வியாதிகளையும் உறிஞ்சிவிடும்.''

"அப்படியா?'' அர்பன் வியப்போடு கேட்டான். "வேறு என்ன அவன் உன்னிடம் கூறினான்?''

"அவனிடம் இதுபற்றிச் சொல்லக் கூடாது'' லின்டா கூறினாள். "இது குறித்து ஒரு வார்த்தை கூட மூச்சுவிடக் கூடாதென்று அவன் என்னிடம் கேட்டுக் கொண்டான்... அவன் ஒரு படி கூடுதலாக மது அருந்தக் கூடியவன் என்றும் சொல்லவந்ததைவிட அதிகமாகவே கூறினான் என்றும் நான் நினைக்கிறேன். ஆனால் அவன் உன்னைப் பற்றி நல்லெண்ணம் வைத்திருக்கிறான்... அவனிடம் சொல்ல மாட்டேன் என்று உறுதி கூறு.''

"நான் சொல்ல மாட்டேன்'' அர்பன் அவளிடம் வாக்களித்தான்.

"நியூமோரின் புனைவாற்றல் ஹொப்ஃமானினுடையதை விடச் சிறப்பானது. அவன் சொன்னான், எடுத்துக்காட்டாக, இந்தக் கடற்பாசி ஒரு மனிதனுடைய வியாதிகளைக் கிரகித்துக் கொள்வதனால் அது மேன்மேலும் அவனைப் போலவே ஆகிவிடும் என்று. மேலும் இறுதியில் அவர்கள் ஒரு நெற்றின் இரு விதைகள் போல, ஒன்று போல ஆகிவிடுவார்கள். என்ன முட்டாள்தனம்!''

"ஆமாம்'' அர்பன் இழுத்தவாறு பேசினான். "மேலும் அந்தக் கடற்பாசிக்கு என்னவாகிறது?''

"அது தனது சொந்த வாழ்க்கை வாழத் தொடங்குகிறது. அதற்கு விருந்தளித்தவரின் பிரதிபலிப்பாக மாறுகிறது. தனது மறுபாதியைத் தேடி அதனோடு இரண்டறக் கலப்பதற்கு அவாவுகிறது. ஆனால் மனிதன் அத்தகையச் சந்திப்பைக் கட்டாயம் தவிர்க்க வேண்டும்.''

"ஏன்?''

“அது அவனுக்கு நல்லதல்ல. இப்பொழுது எனக்கு முற்றாகத் தெரியாது. ஏனெனில் அப்பொழுது நியூம் மிகுந்த சிரமத்தோடுதான் பேசினான். அப்படிக் குடித்து அவனை அதற்குமுன் நான் பார்த்ததில்லை. நடக்கும் என்று அவன் சொன்னதென்ன?..”

“நிர்மூலமாக்குதலா?” அர்பன் சொல்லிக் காட்டினான்.

“அது சரிதான்!” லின்டா வியந்தாள்.

“ஆச்சரியமாக இருக்கிறது. அதுபோன்ற ஒரு சோதனையை அவன் ஏற்கெனவே அரங்கேற்றியுள்ளானா?”

“இல்லை.”

“ஏன்?”

“தான் எந்த ஒரு சாரணர்களையும் காண முடியவில்லை என்று அவன் சொன்னான். நரம்புத்தளர்ச்சிமிக்க நமது வயதில் யாரையாவது தான் கண்டுபிடிக்கப் போவதாக மேலும் அவன் சொன்னான். நான் முயற்சி செய்ய விருப்பமா என்று அவன் என்னிடம் கேட்டான்.” லின்டா சிரித்தபடி சொன்னாள். “நான் சோதனைக்குப் பொருத்தமானவளா என்று அவனுக்கு நிச்சயமில்லை.”

“நீயா?”

“ஒருவகையில் நான் மறுத்துவிட்டேன். அவனது முட்டாள்தனமான ஏதோ யோசனைக்கு நான் என் உயிரைப் பணயம் வைக்கவா? ஒன்றும் முடியாது!”

“முட்டாள்தனமான யோசனை...” அர்பன் மெதுவாகத் திரும்பச் சொன்னான். “மேலும் ஒருவனுக்கு இதைத் தவிர வேறு வழியில்லை என்றால் என்ன ஆவது? நினைவுச் சுமைகளிலிருந்து விடுபட எதையும் செய்யத் தயாராக அவன் இருந்தால்...”

“அவனது உயிரைப் பணயம் வைத்தா?”

“ஆம்... அவனது உயிரைப் பணயம் வைத்துத்தான்!”

“இதை ஏன் நீ மிகவும் பெரிதாக எடுத்துக் கொள்கிறாய்?” லின்டா வியப்போடு கேட்டாள். “நியூமோர் ஒரு தவறு செய்தால் என்னவாவது? அவன் முதலாவதாக ஒரு நாயை வைத்து முயற்சிக்கப் போகிறான் என்று நான் நினைக்கிறேன்.”

சற்று நேரம் அவர்கள் மௌனமாக இருந்தார்கள்.

“நியூமோரின் கற்பனையை நீ சீரிய ஒன்றாக எடுத்துக் கொண்டாயோ என்று எனக்குத் தோன்றுகிறது” லின்டா இறுதியாக அமைதியைக் கலைத்தாள்.

“ஏன் முடியாது?”

“நினைவுகளிலிருந்தும் தொல்லைகளிலிருந்தும், ஒருவன் ஓடிவிட முடியாது” லின்டா கூறினாள். “மேலும் நமது தொல்லைகள்தாம் நமது நலமின்மையாகும். ஒருவன் தன்னிடமிருந்து தானே ஓடிவிட முடியுமா?”

கொடிவீட்டிலிருந்து அவர்கள் வெளியே நடந்து வந்தபோது, இளம்பிறை அடிவானத்தைத் தொட்டுக் கொண்டிருந்தது.

“ஒரு டாக்டரைக் கலந்து பேசுவதாக நீ உறுதியளிக்க வேண்டும்” லின்டா கோரினாள்.

வார்த்தை ஏதுமில்லாமல் அர்பன் தலையாட்டினான்.

அவன் பெரிதும் மன உலைச்சல் கொண்டிருந்தான். அவனது தோளை தனக்குத் தானே நேராக நிமிர்த்திக் கொள்வதற்குக்கூட அவன் பெருமளவு மனத்திட்பம் கொள்ள வேண்டியிருந்தது. அவன் இங்கு வந்திருக்கவே கூடாது. அவனது வலுவான நரம்புகளையும் மீறி, அவன் தனது உட் சமநிலையை இழந்தான். அவனது முன்னைய தொந்தரவுகளுக்கும், துயரங்களுக்கும் மையமான ஆல்வா ஏற்கெனவே இங்குதான் எங்காவது இப்போது ஒளிந்து மறைந்திருப்பான். சரி, அப்படியே காப்பாற்ற முடியாத நிலை அது.

லின்டாவை விட்டுப் பிரிவது அவ்வளவு துயரமானது என்பதை அர்பன் நினைக்கவில்லை. அவளோடு அவன் மிகவும் நெருக்கமானவனாக இருந்தான். இருப்பினும், நியூமோரின் நிபந்தனைகளுக்குக் கீழ்ப்படியக் கூடிய வகையில் அவன் இந்தக் கடைசிப் பற்றையும் துண்டாட வேண்டி இருந்தான். ஆனால் நியூமோர் எல்லாவற்றையும் உளறி வைத்தான் என்று கற்பனை செய்தான்! அதை அவனால் செய்ய முடியும் என்று அவன் நம்பவே இல்லை. மறுபுறம், அது என்ன விஷயம்?

அவனது கண்டுபிடிப்பை லின்டாவிடம் சொல்லியதில் குறிப்பிடும்படியாக எதுவும் நினைவில்லை. இப்போதோ, பிறகோ சரீரமில்லாத ஆல்வா, எல்லாருக்கும் தெரிந்த ரகசியமாகலாம். நியூமோர் தனது கண்டுபிடிப்பைக் காப்புரிமை ஆக்கி ஒரு

பணக்காரராகி விடுவான். பணக்கார வாடிக்கையாளர்கள் அவனை மொய்க்க ஆரம்பிப்பார்கள். அதே வேளை சாதாரண மனிதனால் ஒருபோதும் அதைப் பெற முடியாது போகும். ஆர்வமூட்டக் கூடிய வகையில் நியூமோர் தனது கண்டுபிடிப்பை விளம்பரம் செய்வான். வியாபாரத்திற்கு அவனுக்கு நல்ல வாய்ப்பு இருக்கும். பொதுவாக அவன் ஒன்றும் மோசமானவனன்று _ ஒருவகையில் அவன் அர்பனிடமிருந்து எந்தப் பணமும் பெற்றுக் கொள்ளவில்லை.

ஆனால் அவனோடு செயல் நோக்கம் கொண்ட கண்ணோடு அர்பனைப் பார்க்க முடியாதது ஏன்? ஒருவேளை அர்பன் கினியா பன்றியின் பாத்திரத்தை ஏற்று விட்டானா? ஆனால், இல்லை. அவன் அவனது நண்பன், இல்லையா அவன்?

அந்தப் பூங்காவை விட்டு வெளியேறிய உடனேயே ஓர் இலவச டாக்ஸியைப் பிடிக்கும் அதிர்ஷ்டம் அந்த ஜோடிக்கு இருந்தது.

நகரம் தொல்லையில் இருப்பதுபோலக் காணப்பட்டது. இன்னமும் சில சன்னல்களில் வெளிச்சம் தெரிந்தது. இவைகளுக்குப் பின்னால் மக்கள் தங்களுடைய இன்னல்களினால் தூக்கத்தை இழந்திருந்தார்கள்.

அர்பன் மெதுவான இருக்கையில் ஒருவித மேம்பாட்டு உணர்வுடன் சாய்ந்தான். இல்லை, அவன் மற்றவர்களைப் போல இல்லை. மிகவும் நல்லது, அவன் ஆல்வாவிற்குப் பயந்தான்., ஆனால் உலகத்தில் அவனுக்கு வேறு எந்த இன்னல்களும் இல்லை. அதைத்தானே ஒவ்வொரு மனிதனும் கனவு காண்கிறான்?

"கடவுளே! எவ்வளவு தாமதமாகிவிட்டது!" அவளது வீட்டிற்குத் தானியங்கி வண்டியோட்டி கொண்டு சென்றபோது லின்டா முணுமுணுத்தாள்.

அவள் காரைவிட்டுக் குதித்து வெளியேறினாள். 'குட்பை' என்று விரைந்து சொல்லிவிட்டு தனது வாசலுக்குள் குதித்துச் சென்றாள். அதே வேளையில், வளைவின் மூலையிலிருந்து ஓர் உருவம் தோன்றியதை அர்பன் கவனித்தான். அவன் சுறுசுறுப்பாக நடந்து வந்தான். தலை தாழ்ந்திருந்தது. அவனது நடைகள் ஓசையற்று இருந்தன. தெரு விளக்கு வெளிச்ச வட்டத்திற்குள் அவன் நுழைந்தபோது, அர்பன் தன்னைத்தானே அறிந்துகொண்டான் _ ஆல்வாவை அறிந்து கொண்டான்.

'லின்டா ஏற்கெனவே வீட்டில் இருக்கிறாள் என்பது ஒரு நல்ல விஷயம்' என்று அவன் நினைத்தான். ஆனால் அடுத்த நொடியே

மரக் கதவுகளும், கற்சுவர்களும் ஆல்வாவிற்குத் தடையில்லை என்பதை அவன் நினைவு கூர்ந்தான்.

முழுக்க மரத்துப் போனது, அவன் மோசமான ஒன்றைச் சந்திக்கத் தயாராக இருந்தான். ஆனால் ஆல்வா காரைப் பொருட்படுத்தவில்லை. அவன் லின்டாவின் வீட்டை நோக்கிப் போய்க் கொண்டிருந்தான்.

“நில்!'' அர்பன் மனத்துக்குள்ளாக உத்தரவிட்டான். ஆல்வாவின் நடை வேகம் குறைந்தது. கதவுக்கருகில் அவன் நின்றான். பிறகு அவன் மெதுவாக காரை நோக்கித் திரும்பினான். அர்பனும் ஆல்வாவும் வெறுமனே பத்தடிகள் தூரத்தில் பிரிக்கப்பட்டார்கள்.

“நாம் போகலாம்!'' தன் மறதி நிலையிலிருந்து வெளியேறியபடி அர்பன் டிரைவரிடம் கூறினான்.

ஆனால் கார் நிலையாக நின்றது.

இதற்கிடையில், ஆல்வா கூடுதல் வேகத்துடன் நெருங்கிக் கொண்டிருந்தான்.

“வா... உன்னைத்தான்!'' எனக் கூறிய அர்பன் ஓட்டும் கருவியை தனது மூடிய விரல்களால் அடித்தான்.

தானியங்கி டிரைவர், அடையாள விளக்குகள் கொண்ட தட்டைப் பெட்டி எதுவும் இயங்கவில்லை.

மற்றும் இரண்டு அல்லது மூன்று துள்ளல்கள்...

அவன் வெளியே தாவுவானா? அர்பன் தானே கார்க் கதவில் முட்டினான். அவனது தோளில் ஏற்பட்ட வலி அவனுக்கு சுய நினைவைக் கொண்டு வந்தது. ஆனால் உண்மையிலேயே! அவன் மீட்டர் பெட்டிக்குள் கொஞ்சம் பணம் போட்டாக வேண்டும். அவன் தனது சட்டைப் பையிலிருந்து கையளவு காசுகளைச் சுரண்டி எடுத்து நாணயம் விழும் துளைக்குள்ளாக சில காசுகளைத் திணித்தான். இது ஓர் அசைவைக் கொடுத்தது, விளக்கு மின்னியது. டிரைவர் உத்தரவுகளுக்குக் காத்திருக்கிறான் என்பது இதன் பொருள்.

“முன்னேறு, முடிந்தளவு வேகமாகப் போ!'' அர்பன் மூச்சுவிட்டான். கார் முன்னோக்கிப் பாய்ந்தது. அவன் தனது இருக்கையில் அழுத்தமாகச் சாய்ந்தான்.

முக்கியப் போக்குவரத்துக்களில் தந்திரமாக நுழைந்து வெளியேறி சாலை வழியே கார் விரைந்தது.

காரைப் பின்தொடர்ந்து வர ஆல்வா முயன்றதை அர்பன் பார்த்தான். ஆனால் காற்றில் மிதப்பதில் மட்டுமே அவன் வெற்றியடைந்தான். கைப்பாவை போல அவனது கால்கள் நடுங்கின, ஏறத்தாழ பாதையைத் தொடாமலேயே நின்றன.

"வேக அளவு'' அர்பன் திரும்ப நினைத்தான். "ஒரு மணி நேரத்தில் மூன்று மைல்கள் மட்டுமே அவனால் நகர முடியும்'' நடுங்கும் உருவம் வளைவிலேயே பின்னுக்குப் போய்விட்டது.

"அவன் ஏன் லின்டாவைப் பின்தொடர்கிறான்? ஒருவகையில், அவளுக்கு அவன் எந்தத் தீங்கும் செய்ய மாட்டான், ஆனால் எனக்குப் பின்னால்தான் அவன் இருக்கிறான். பழிவாங்குவேன்! பிறகு ஏன் லின்டா?''

வெறிகொண்ட கார் ஓட்டம் அவன் வேதனையைத் தணித்தது. "அவனுக்கு அந்த வேக அளவை நியூமோர் கொடுத்தது எவ்வளவு அதிர்ஷ்டம் ! மேலும் காருக்குள் நான் இருப்பது எவ்வளவு அதிர்ஷ்டம்'' என்று அவன் நினைத்தான்.

அர்பன் கால்நடையாக எப்பொழுதுமே செல்வதில்லை, இந்தப் பழமையான பயிற்சியை அவன் பெரிதும் விரும்பி வந்தபோதிலும். ஒரு நூறு மீட்டர் தூரம் குறித்ததாக இருந்தாலும் அவன் காரில்தான் சென்றான். அவனுக்கென தட்டை மூக்குடைய பெஸான் கார் வைத்திருந்தான்.

வெஸ்டர்னில் இவனது விரைவான உயர்வைக் காண அவனது சகாக்கள் வியப்புற்றார்கள். மேலும் அவர்கள் அவனது துரித்த நோக்கைத் தவிர்க்க முயன்றார்கள். தலைமை எஞ்சினியர் சொல்லும் எந்த வேண்டுகோளுக்கும் செவி சாய்க்க வேண்டியதை அந்த துரித்த நோக்கு கட்டாயப்படுத்தியது என்று வதந்திகள் உலவின. இந்த விநோதமான அம்சத்தை விளக்க வேண்டியதில்லை, எனில் அவர்கள் செய்ய முடிந்ததெல்லாம் திடமான ஊகங்களாகும் அல்லது ஆராயாது தோளை அசைத்துக் கொண்டதாகும். ஆனால் ஐயுறவுவாதிகள்கூட புதிய துறைத் தலைவரிடம் தாங்கள் கொண்ட நடவடிக்கையில் களைத்துப் போய்விட்டார்கள்.

அர்பன் இன்னமும் பணக்காரனாகவில்லை. ஆனால் இப்பொழுது அவனுக்காக ஒரு கார் வாங்குமளவிற்குப் போதிய பணம் வைத்திருந்தான். மேலும் அவன் அதை தனது திட்ட அமைப்பில் செய்ய வேண்டி இருந்தான். அதனது விநோதமான அம்சம் அதனது முடங்கிய தன்மையாகும். காரில் எந்த வளைவுகளும் இல்லை.

தட்டையான பரப்பாக ஒவ்வொரு மூலையும் நேருக்கு நேராக இருந்தன. நாகரிகமான கோள வடிவ அமைப்பு எதுவுமில்லை, காரின் உடல் ஜியோமிதி வடிவ கணிதத்திற்குரியபடி தட்டையாக இருந்தது.

மிக அபூர்வமான ஓர் ஆர்டரால் கார் நிறுவன ஊழியர்கள் அவாவால் தூண்டப்பட்டார்கள். ஆனால் தங்கள் ஆர்வத்தை அடக்கிக் கொண்டார்கள். வாடிக்கையாளரின் விருப்பம் சட்டம் போன்றது. குறிப்பாகத் தனது விளையாட்டு மனப்போக்குக்காக ஒரு வாடிக்கையாளர் நிறைந்த பணத்தைச் செலவிடத் தயாராக இருக்கும் பொழுது. (அது விளையாட்டு மனப்போக்கில்லாமல் வேறு என்னவாக இருக்க முடியும்?)

ஆர்டர் விரைவிலேயே நிரப்பப்பட்டது. கனசதுர வடிவமான காரின் அறையின் தளங்கள் எந்தவிதமான வளைவுகளும் கொண்டதில்லை என சரி பார்த்த பிறகு அர்பன் முற்றிலும் மகிழ்ச்சியடைந்தான்.

“எந்த மாதிரியான துணி மெத்தையை தாங்கள் விரும்புகிறீர்கள்?” வடிவ அமைப்புத் தொழில் வல்லுநன் விசாரித்தான்.

“எந்த வித்தியாசமும் இல்லை.”

“வர்ணம் செர்ரி சிவப்பு இப்பொழுது போதுமானது.”

“அருமை.”

“காரின் அறையின் உட்புறத் தளத்தைப் பொருத்தமட்டில்...” வல்லுநன் தொடர்ந்தான்.

“அதை என்னிடம் விட்டுவிடுங்கள்” அர்பன் குறுக்கிட்டான்.

அது விநோதமானதாகக் காணப்பட்டாலும், அர்பனுடைய சகாக்கள் அவனது குழப்பமான நிலைகுறித்து விவாதிப்பதில் எந்த வெறுப்பையும் காட்டவில்லை.

ஒரு மாதத்திற்கு முன்னர் கூட தொடர்புகொள்ள விரும்பாதவர்களில் பெரும்பாலோர், “அவன் ஒன்றும் மோசமான ஆள் இல்லை” என்றார்கள்.

முன்பெல்லாம் அதிகமான அளவு எரிச்சலூட்டக் கூடியவனாகவும் கோபத்தின் உச்சிக்குச் செல்பவனாகவும் இருந்த அவன் இப்பொழுது குறிப்பிடத்தக்கவாறு நல்ல இயல்புடன் காணப்பட்டான். இது ஒவ்வொருவராலும் கவனிக்கப்பட்டது. முன்பெல்லாம் அவனை வெறுத்தொதுக்கியது போல அல்லாமல் மக்கள் அவனிடத்தில்

எல்லாவகையான கோரிக்கைகள் குறித்தும் வரத் தொடங்கினார்கள். அவை பெரும்பாலும் துறைக்கும் வெஸ்டர்னுக்கும் முற்றிலும் பொருத்தமற்றதாகவும் இருந்தன.

வெளித் தோற்றத்தில் அவன் அதே அர்பனாகத்தான் இருந்தான். மிகவும் ஆரோக்கியத்துடனும், நல்ல தோற்றத்துடனும் மட்டுமே காணப்பட்டான். ஆனால் உட்புறத்தில் அவன் முற்றிலும் புதியவனாக, அன்பான, நல்லிதயம் கொண்டவனாகக் காணப்பட்டான்.

இப்பொழுது மக்கள் புதிய வெளிச்சத்தில் அர்பனைப் பார்ப்பதுபோல, அவனும் தனது சகாக்களை புதிய முறையில் பார்த்தான்.

குமாரி ஷீலாவிடம் அவன் கொண்ட வெறுப்பு (அந்த உணர்வு இருபாலரிடமும் இருந்தது) மோசமான உணர்வு கொண்ட பிணக்காக நீடித்திருக்கவில்லை. ஆனால் தனது இதழ் ஓரங்களில் சோகத்தை நிறைத்து வைத்திருந்த அப்பெண்ணின் தோற்றம், அவளது ஒப்பனை அழகை விட அதிகமான ஒன்றை அர்பனுக்குச் சுட்டிக் காட்டியது.

ஒவ்வொரு மனிதனும் தனது துயரங்களோடும், மகிழ்ச்சியோடும் அர்பனுக்கு வேண்டியவனாகி விட்டான், ஒவ்வொருவருக்கும் உதவி செய்ய விருப்பங் கொண்டிருந்தான், தன்னால் முடிந்த அளவுக்கு அவர்களுக்கு உதவியும் செய்தான்.

குறிப்பாக, தலைவர் எல்லாவகையான கொஞ்சுதல் பேச்சுகளையும் வெறுப்பவர் என்பது பலரறிந்தது. அவர் கூற்றுப்படி, எல்லாரையும் போல, அர்பனது பணிக்காக அவனிடம் நன்கு நடந்துகொண்டார். அர்பன் தனது தலைவர் குறித்து மாறுபட்ட கருத்துக் கொண்டிருந்தான். தன் முயற்சியால் உயர்ந்தவர், இரக்கமற்ற, இரும்பு இதயம் கொண்ட அதிர்ஷ்டக்காரர் என்பதாக.

அதிர்ஷ்டத்தின் அன்பைப் பெற்ற, மிகுந்த அதிர்ஷ்டமுடைய அவன் யார்? இன்றியமையாதபடி, கணக்கற்ற பொறுப்புகளைத் தன் தோள் மீது சுமந்து கொண்டு அழுந்தும் பரிதாபத்திற்குரிய கிழவர். தவறான நடவடிக்கை எடுப்பதில் உள்ள பய உணர்வில் தொடர்ச்சியாகச் செல்வதிலா அந்த மகிழ்ச்சி? தலைவருடைய மீற முடியாத குரலுக்குப் பின்னால் உள்ள அச்சம் அர்பனுக்குத் தெளிவாகத் தெரிந்தது. கம்பெனியின் ஆதாயப்பங்குகள்

மூழ்குமேயானால், பிறகு வெஸ்டர்னின் எதார்த்தமான தலைவர்களும், அவர்கள் பெயரைக்கூட இந்த மாண்புக்குரியவர்கள் அறிய மாட்டார்கள். மேலும் போட்டியாளர்களும், காயம் பட்டவர்களை ஓநாய்க் கூட்டம் கிழித்தெறிவது போல, பழைய வில்நெர்டனை உண்டு தீர்ப்பார்கள்.

மற்ற பிற பாதுகாவலர்கள் அனைவரும் போட்டோ எலிமெண்ட் கொண்ட ரோபார்ட்டுகளால் மாற்றப்பட்ட பிறகும், சிறந்த விண்வெளியாளரான முதிய டான் பிளேஷ், கம்பெனிக்கு சில விஷேட சேவைகளில் பாதுகாவலராக நிறுத்தப்பட்டது போல, வல்லமை மிக்க வில்நெர்டனும் அர்பனுக்குத் தெளிவாகவும், புரிந்து கொள்ளக் கூடியவராகவும் ஆனார்.

ஒரு நாள் அர்பன் ஆய்வுக்கூட உதவியாளன் கிரினோவைச் சந்தித்தான்.

“நான் உன்னைத்தான் பார்த்துக் கொண்டிருக்கிறேன்” அர்பன் சொன்னான். “புதிய கருவிகல அமைப்பில் நீ இரவுப்பணி செய்யவேண்டும் என நான் விரும்புகிறேன்...”

அந்த இளைஞன் திடுக்குற்றான்.

“அதில் அஞ்சுவதற்கு எதுவுமில்லை” அவனது உணர்வைத் தவறாகப் புரிந்து கொண்டு, அர்பன் அவனிடம் உறுதியளித்தான். “உனது வயதில் நான் இத்தகைய கருவிகல அமைப்புப் பற்றி அதிகம் அறிந்ததில்லை... ஆனால் இந்தக் குறிப்பிட்ட பணிக்கு சிறப்பான தகுதிகள் எதுவும் தேவையில்லை. அதை நான் உனக்கு விளக்குவேன்.... ஏன்... அதில் என்ன தவறு?”

“இன்று இரவு என்னால் தங்க முடியாது” கிரினோ கலவரமுற்றவனாகக் கூறினான். மேலும் உடனடியாக வெஸ்டர்ன் விதிகளில் ஒரு பகுதியை, ரகசிய நிறுவன வேலைக்காக அவன் வேலையில் சேர்வதற்கான படிவத்தைப் படித்து கையெழுத்திட்டதை, நினைவு கூர்ந்தான் : “மேலதிகாரியின் கட்டளைகளை நிறைவேற்றத் தவறுவதன் விளைவு...”

“என்ன விஷயம்?”

“அது குடும்ப விஷயம்... நான் உங்களுக்குச் சொன்னேன்...”

அர்பன் முகஞ்சுளித்தான். நினைவு ரேகை அவன் முகத்தில் ஓடியது. அவன் நினைவு கூர முயன்றான், ஆனால் முடியவில்லை.

“மிகவும் நல்லது, கிரினோ'' அவன் இறுதியாகச் சொன்னான். “நீ வீட்டிற்குப் போகலாம்.''

“நான் திரும்ப எப்பொழுது வர வேண்டும்?''

“உன்னால் முடியும் பொழுது''

“என்னை வேலையிலிருந்து நீக்க நினைக்கிறீர்களா?''

அர்பன் தனது தோள்களைக் குலுக்கிக் கொண்டான்.

“உன்னை வேலையிலிருந்து வெளியேற்றும் எண்ணம் எனக்கில்லை.''

“ஆனால், இரவு வேலைக்கு யார் தங்குவது?''

“நானே'' என்றான் அர்பன்.

அவன் ஏன் கூடாது, ஒருவகையில், முன்னர் போல இங்கு இரவைக் கழிக்கலாம். இளைஞனுக்கு இது கஷ்டமான நேரமாகத் தோன்றியது... முதிய அர்பனுக்கு எந்த விஷயமும் மட்டுமீறியதாகத் தெரிந்தது, புதியவன் அதை இயல்பாகக் கண்டான்.

இப்பொழுது அர்பனின் கணிதக் கணக்கீடுகள் தவறின்றி இருந்தன. அவனது குளிர்ந்த கூர்மதியுடைய மூளை நாடறிந்ததாயிற்று. தலைவர் அவன் மீது அளவற்ற நம்பிக்கை வைக்க இது ஒன்றே போதமான காரணமாகும். அளவற்ற சலுகைகள் காட்டுவதை ஒருசிலர் சுட்டிக்காட்டவே செய்தார்கள். ஆனால் இந்த உலகத்தில் எதிரிகளே இல்லாமல் யாராவது இருக்கிறானா என்ன?

எல்லாவகையிலும் அர்பனின் அபூர்வமான சக்திகளில் முற்றாக நம்பிக்கை வைத்த ஒருசிலர் இருக்கவே செய்தார்கள். அர்பனைச் சந்திக்கும் பொழுதெல்லாம் கையால் தனது கண்களை மறைத்துக்கொள்ளும் அளவுக்கு குமாரி ஷீலா போய்விட்டாள். இருப்பினும் அதை அவள் புன்னகையுடன் செய்தாள்.

மனிதசக்திக்கு அப்பாற்பட்ட திறமைகளை அர்பன் உணர்ந்தான். அதில் மிக்க மகிழ்வும் கொண்டான். அவன் மேற்கொண்ட எல்லாமே நல்லபடியாக முடிந்தன. ஓர் அருமையான சோதனையைச் செய்கின்ற போது, தனக்குக் கீழ் உள்ளவர்களிடம் விவரங்களை விட்டுவிட்டு, அவனால் உடனடியாக அதன் உள்ளிடத்தை அறிய முடிந்தது.

பொதுவாக அவன் உடற்பயிற்சி விளையாட்டுகளை வெறுத் தொதுக்கினாலும், முன்னமேயே தண்ணீர் பயிற்சி அவனுக்கு

அந்நியமென்றாலும், மிகுந்த சிரமமில்லாமல் அவன் வெஸ்டர்னில் நீச்சலில் வீரரானான். எந்தவித முன்பயிற்சியுமின்றி அவன் பட்டத்தை பெற்றான். அவன் விளையாட்டுத் திடலில் வெறுமனே அலைந்துகொண்டிருந்தான். அப்பொழுது நடைபெற்ற நீச்சல் போட்டியில் கலந்து கொள்ள முடிவு செய்தான்.

அவனது தலைவர் எந்தவித விநோதமான விருப்பங்களுக்கும் _ அவனது துறையின் சுவர்களை அவன் வர்ணமற்ற பிளாஸ்டிக்குடன் மாற்றியது உள்பட _ மன்னித்துவிடுவார்.

அர்பன் தனது அறையில் வீடியோபோனின் பொத்தானை நிறுத்தினான். இனிமேல் லின்டா அவனுக்குக் கிடைக்கவே மாட்டாள். எதுவும் அவனது அமைதியைக் கெடுக்கவில்லை.

எந்தவித போலித்தனமான வியப்புமின்றி நியூமோர் "ஏன், ஹலோ!" இரைந்தான். இந்த வியப்புக்குப் போதிய காரணமுண்டு. ஏனெனில் இத்தகைய சந்திப்பைத் தடுப்பதற்கு தனது சக்திக்குட்பட்ட அனைத்தையும் அவன் செய்து கொண்டிருந்தான்.

"ஹலோ" அர்பன் முகஞ்சுளித்துச் சிரித்தபடி சொன்னான்.

தனது காரில் நான்கு மணி நேரத்திற்கும் மேலாக நியூமோருக்காக அர்பன் காத்துக் கொண்டிருந்தான். வெப்பப்படுத்தும் முறையில் ஏதோ கோளாறு ஏற்பட்டிருக்க வேண்டும், அவன் குளிர்ந்து போய்விட்டான். ஆனால் வெளியே வரத் துணியவில்லை. அண்மைக் காலங்களில் ஆல்வா பேய்த்தன்மையாய் மாறி வருவதை அவன் அறிவான். அவனால் முடிந்ததெல்லாம் அவனுக்காக ஒரு பிளாஸ்டிக் சீருடை தயாரித்துக் கொள்வதுதான்!..

மேல்மட்டத்தில் உள்ளவர்கள் அவனது ஏதோ ஒரு கண்டுபிடிப்பில் ஆர்வங்கொண்டு தங்கும், மூளை மையம் என்று அழைக்கப்படும் இந்த வீட்டில்தான் பௌதிகவியலாளன் நியூமோரைக் காண முடியும் என்று முந்திய நாள் தலைவர் குறிப்பிட்டார்.

முன்னதாக நியூமோரைக் காணும் அர்பனின் முயற்சிகள் அனைத்தும் தோல்வியுற்றன. இப்பௌதிகவியலாளன் ஏதோ ஒரு உயரமான சுவற்றால் சூழப்பட்டிருப்பது போல இருந்தது. யாருக்கும் அவனது புதிய முகவரி தெரியாது, அவனை எங்கு பார்க்க முடியும் என்று எவருக்கும் தெரியாது.

எல்லாம் தானாக உறுதிப்படுத்திக் கொண்ட அர்பனிடம் கூறியபடி, நியூமோரை வழிமறிக்க தனது காரில் காத்திருந்து

எலும்பெல்லாம் சில்லிட்டுப் போனான் என்றால் அவனது சகாக்கள் என்ன கூறுவார்கள்? அவ்வப்பொழுது அர்பன் சுற்றிலும் பார்த்துக்கொண்டான். இதுவரை ஆல்வா தனது தோற்றத்தைக் காட்டவில்லை.

நியூமோரின் கோளவடிவ மொலேக், ஓசையின்றி மூளை மைய நுழைவாசலுக்கு மிதந்ததை அர்பன் ஏறத்தாழ தவறவிட்டு விட்டான். கார் ஒருவித 'ஸ்ஸ்' என்ற ஓசையுடன் நின்றபொழுது தான் அர்பன் கவனிக்கத்தொடங்கினான். காரை விட்டுக் குதித்து மூன்று தாவு தாவி கட்டிடத்தை அடைந்தான். மையத்தின் கவசமிட்ட கதவை நியூமோர் திறந்த அதேநேரம் தூணுக்குப் பின்புறமிருந்து வெளியே தோன்றினான்.

அர்பன் முகத்தின் வெளிப்பாடு அவன் ஒரு சீரிய பேச்சுக்காக இருப்பதை நியூமோருக்குச் சொன்னது. ஆனால் எப்படியோ அதைத் தவிர்க்கவே முயன்றான்.

"உள்ளே எனக்கு அவசர வேலை இருக்கிறது. ஒருவகையில் நல்ல வசதியான நேரத்தில் சந்தித்துக் கொள்ளலாம்?''

"அந்நேரம் எப்பொழுது வருமென்று எனக்குத் தெரியாது. இனிமேலும் என்னால் காத்திருக்க முடியாது. மேலும் உன்னைப் பிடிப்பது என்பது இயலாத காரியம்.''

"மிகவும் நல்லது'' நியூமோர் ஏற்றுக் கொண்டான். "ஒருவகையில் நான் உனக்கு சில நிமிடங்களை ஒதுக்கத் தயாராக இருக்கிறேன்'' அவன் தனது கைக்கடிகாரத்தைக் கவலையுடன் மேலோட்டமாகப் பார்த்தான். "ஆனால் இங்கில்லை என்று நான் நினைக்கிறேன்...''

எந்த ஒரு காரணத்தைச் சொல்லியாவது நழுவிவிட நியூமோர் முயற்சிப்பானேயானால் அவன் உடலைப் பிடித்து நிறுத்திவிடுவதென அர்பன் அருகில் நின்றான்.

"சற்று தூரம் தள்ளி ஓர் அருமையான அருந்தகம் உள்ளது'' அர்பனின் கையைப் பற்றியபடி பௌதிகவியலாளன் கூறினான்.

எவ்வளவு விரைவாக முடியுமோ அந்தளவுக்கு ஒரு பாதுகாப்பான இடத்திற்குச் செல்வதற்காக அர்பன் மிகவும் விரைந்து நடந்தான்.

இருக்கைகளில் அவர்கள் அமர்ந்தபோது, "என்னை எப்படிக் கண்டுபிடித்தாய்?'' என்று நியூமோர் கேட்டான்.

"நான் போய்க் கொண்டிருந்தேன். காரிலிருந்து நீ கீழே இறங்குவதை நான் பார்த்தேன்'' என்று அர்பன் வலிந்து திட்டமின்மை போலப் பேசினான்.

குளிரில் வேதனையுடன் காணப்பட்ட அவன் முகத்தை நியூமோர் பார்த்தான். ஆனால் எந்த விமர்சனமும் செய்யாது நிறுத்திக்கொண்டான்.

“ஆல்வா உனக்கு மோசமான தொல்லை கொடுக்கிறானா?”

“அதைப்பற்றித்தான் நான் உன்னிடம் பேச விரும்பினேன்” என்றான் அர்பன்.

“நமது ஒப்பந்தத்தை நினைவில் வைத்திரு. சோதனை ஓராண்டுக்கு நீடிக்கும். நீ விரும்பினால் மேலும் நீடிக்கலாம், ஆனால் குறையக் கூடாது. இரண்டு மாதங்களே ஆகி இருக்கின்றன.”

“இன்று அறுபத்து நான்காம் நாள்.”

“வித்தியாசம் ஒன்றுமில்லை. இந்தக் காரியத்தில் நான் எனது பணம் முழுவதையும் முதலீடு செய்திருக்கிறேன் என்பதை நீ கட்டாயம் புரிந்துகொள்ள வேண்டும். சோதனையை நான் தடைப்படுத்துவேனாகில், அது நட்டத்தில்தான் முடியும். ஏன், வாழ்க்கை அவ்வளவு மோசமானதா? ஒன்றுமில்லாததற்கு நீ ‘சூப்பர்மேன்’ ஆகி விட்டாய்.”

“ஆல்வா மிகவும் விநோதமாக நடந்து கொள்கிறான். ஒரு விஷயம், ஆரம்பத்தில் அவன் என்னை _ அதாவது அவனது உயிரியலின் மறுபாதியை _ விட லின்டாவிடம் தான் அதிக அக்கறை காட்டினான். உன்னால் விளக்க முடியுமா?”

“உண்மையிலேயே?” தனது கண்ணாடியைக் கழற்றியபடி நியூமோர் ஆர்வத்தோடு கேட்டான்.

அர்பன் அவனிடம் விவரித்தான். நியூமோர் அநேக வினாக்களைக் கேட்டான், பிறகு சிந்தனையில் ஆழ்ந்தான்.

“நான் எதிர்பார்த்ததற்கும் மாறாக ஆல்வா மாறுபட வளர்ந்திருக்கிறானா?” தனக்குத் தானே பேசுவதுபோல சொன்னான். “ஓ... நான் புரிந்து கொண்டேன்!” தனது விரல்களை மடக்கி மேசையின் மீது ஓங்கிக் குத்தினான். “அதன் காரணம் என்னவென்றால் அவள் எல்லா நேரமும் உன்னைப் பற்றியே நினைத்துக் கொண்டிருக்கிறாள். நீ உன்னைப் பற்றி நினைப்பதை விட அதிகமாக.”

மிகுந்த எச்சரிக்கையோடு அர்பன் அவனை உற்றுப் பார்த்தான்.

“லின்டா உன்னிடம் ஏதாவது சொன்னாளா?'' நியூமோர் திடீரென்று கேட்டான்.

“எதைப் பற்றி?''

“என்னைப் பற்றி, ஆல்வாவைப் பற்றி?''

“நாங்கள் ஒருவரை ஒருவர் சந்தித்துக் கொண்டதில்லை.''

“முன்னால்?''

“ஏன், லின்டாவுக்குத் தெரியுமா?''

“நான் கேள்விகளைக் கேட்டுக் கொண்டிருக்கிறேன்!'' நியூமோர் குரைத்தான்.

“நாங்கள் ஒருபோதும் அதை விவாதித்ததில்லை'' தயக்கத்தோடு அர்பன் கூறினான்.

“மிகவும் நல்லது'' நியூமோர் கூறினான். அவன் ஏதோ ஒரு முடிவுக்கு வந்தவனாகக் காணப்பட்டான். “நீ என்னிடமிருந்து என்ன எதிர்பார்க்கிறாய்?''

“எல்லாவற்றையும் உள்ளபடி வைக்க நான் உன்னைக் கேட்க விரும்புகிறேன்...''

நியூமோர் கல் போல அமைதியாய் நின்றான்.

வலிந்து சிரித்தபடி “எனது முன்னைய குறைபாடுகளைத் திரும்பக் கொணர நான் ஒத்துக்கொள்கிறேன்'' என்றான் அர்பன்.

“மேலும் அதை எப்படிச் செய்ய முடியும், நான் அதை அறிந்துகொள்ள விரும்புகிறேன்'' அன்பார்வமற்ற குரலில் நியூமோர் கேட்டான்.

“அவனைக் கொல்.''

“நீ ஒரு குழந்தையைப் போலப் பேசுகிறாய்'' குலுங்கியபடி நியூமோர் சொன்னான். “ஒப்பந்தத்தில் நாம் கையெழுத்திட்ட போது நான் உனக்கு விளக்கிச் சொல்லியிருக்கிறேன். அதாவது நீங்கள் இரட்டையர் ஆனது தெளிவானபிறகு, ஆல்வாவைக் கொல்ல நினைப்பது உன்னைப் பாதி கொல்வதாகும், உனது ஒவ்வொரு செல்லின் பாதியையும் எரிப்பது போலாகும்.''

அர்பன் தலைகுனிந்து காணப்பட்டான்.

“சற்று கவனமாக இரு. எல்லாமே நல்லபடியாக நடக்கும்'' நியூமோர் தொடர்ந்து சொன்னான்.

“பகலும் இரவும் ஆல்வா என்னைப் பின்தொடர்ந்து வருகிறான். இது என் வாழ்வை நரகமாக்கிவிட்டது.”

“ஏற்றுக் கொள்ளும்படி எவரும் உன்னைக் கட்டாயப்படுத்தவில்லை.”

“இப்படி இருக்கும் என்று நான் கற்பனை செய்யவில்லை. மேலும், பிறகு நீ சொன்னாய்...”

நியூமோர் தனது கைக்கடிகாரத்தை மேலோட்டமாகப் பார்த்தான்.

“அவனிடமிருந்த தகவலை எல்லாம் பெற்று திரும்ப என்னிடம் தரக்கூடாதா, நியூம்?” அர்பன் கெஞ்சினான். “உனக்கு ஏற்படும் எந்த இழப்பிற்கும் நான் பணம் தருகிறேன். நீ எந்தத் தொகை குறிப்பிட்டாலும். நான் எனது வாழ்நாள் முழுக்க பணியாற்றுவேன்...”

“ஆல்வா பிறகு அழிந்து விடுவான்” தனது தலையை ஆட்டியபடி நியூமோர் கூறினான்.

“நீ பிறிதொன்றைத் தயாரி.”

“என்னால் மற்றொரு ஆல்வாவை உருவாக்க முடியாது.”

“ஆக, நீ செய்ய மாட்டாயா?”

“என்னால் முடியாது!” நியூமோர் எழ முயன்றான்.

“ஆக, அப்படியா விஷயம்!” சீற்றத்தால் அர்பனின் முகம் பழுப்பேறிப் போனது. “பிறகு நீ எப்படியிருப்பாய் என்பதை நான் காட்டத்தான் போகிறேன். வேசி மகனே! ஒரு நாயை விட உனது கினியா பன்றியைச் சமாளிப்பது உனக்குப் பெரும்பாடாக இருக்கும்.”

“உரக்கக் கதற வேண்டாம்!” என்ற நியூமோர் கூறி ‘உஸ்’ என்றான்.

மக்கள் பார்த்துக் கொண்டிருந்தார்கள்.

“நான் கத்துவேன்! ஏன் கூடாது? எஞ்சிய நேரத்தில் நான் அமைதியாக இருப்பேன். எனது நரம்புகள் இரும்புக் கம்பிகளைப் போல இருக்கின்றன!”

“முட்டாள்தனமாகப் பேசாதே. உன்னால் ஆல்வாவை மட்டுமே கவர முடியும்.”

"நியூம்... தயவுசெய்து, நமது நட்பின் பேரால் கேட்கிறேன்.... உனது மாளிகையை ஏன் எனது எலும்புகளில் கட்டுகிறாய்?''

"நீ பேராசைக்காரன்! உனது உணர்வுகளை நீ திரும்பப் பெற்றதும் நாம் பேசிக் கொள்ளலாம்'' சொன்னான் நியூமோர். போவதற்கு எழுந்தான்.

சிறுத்தைப் புலியைப் போல மேசையைத் தாவிக் குதித்து அர்பன் அவனது கழுத்தைப் பிடித்து நிறுத்தினான். கண்ணாடி நொறுங்கியது, பெண்கள் அலற ஆரம்பித்தார்கள். ஒரு வெயிட்டர் அருந்தகத்தின் குறுக்காக ஓடினான். அவனது உதடுகளில் புன்னகை பளிச்சிட்டது. பெரு முயற்சியுடன் நியூமோர் அர்பன் பிடியிலிருந்து விடுத்துக் கொண்டான். அவனுக்கு ஜூடோ மிக நன்றாகத் தெரிந்திருந்தாலும், அர்பனுக்கு இணையாக அவனால் நீண்ட சச்சரவு செய்ய முடியாது. ஒரு நிமிடத்திற்குப் பிறகு அவன் தரையில் படுத்துக் கொண்டிருந்தான். அர்பன் அவனைத் தரையில் வீழ்த்தி தனது முழங்காலால் அழுத்திக் கொண்டிருந்தான்.

"நீ அதைச் செய்து விடுவாயா?'' அவன் கேட்டான், அவர்களைச் சுற்றி நின்ற கூட்டத்தைப் பற்றி சிறிது கூட கவலைப்படாமல்.

"என்னைப் போக விடு!'' நியூமோர் பெருமூச்சுவிட்டான்.

"ஒரு பூனைக்குட்டியைப் போல உனது கழுத்தை நெரிப்பேன். அதற்குத் தேவையான சக்தி என்னிடமிருக்கிறது. அதற்கு உனக்கு நன்றி.''

"போலீசைக் கூப்பிடுங்கள்!'' என்று யாரோ தாழ்ந்தக் குரலில் பேசினான். "அவன் அவனைக் கொன்று விடுவான். அவனைக் காப்பாற்றுங்கள்!''

ஆனால் முகங்கவிழ்ந்து படுத்திருக்கிற நியூமோருக்காக இடையிட்டு உதவ யாரும் முன்வரவில்லை. அர்பனின் உடற்பயிற்சியாளனுக்கான உடல்வாகு அச்சத்தையே வெளிப்படுத்தியது. அல்லது கூட்டத்திற்கு அத்தகைய ஒரு பார்வையை அவன் தந்தானா? முன் வரிசையில் நின்ற மக்கள் பின்னுக்குத் தள்ளிப் போய் விட்டார்கள். பின்வரிசையில் நின்றவர்களைப் புண்படுத்திவிட்டு.

திடீரென்று, ஒரு வார்த்தை சொன்ன மாத்திரத்தில் கூட்டம் குறையத் தொடங்கியது. ஒவ்வொருவரும் தங்களது இடத்திற்குச்

சென்றார்கள். ஒருவர் மற்றவர் கண்ணில்படுவதைத் தவிர்த்துக் கொண்டார்கள்.

"பார்! நான் உனக்கு எவ்வளவு கடமைப்பட்டிருக்கிறேன்.. ஆகா?'' அர்பன் திரும்பவும் தனது எதிரியின் தொண்டையைப் பிடித்தான். "நீ முடிவை ஏற்படுத்திக் கொள்ள போதிய நேரம் உனக்கு இருந்தது.''

"ஓ.கே.'' எதிர்பாராதவிதமாக நியூமோர் சொன்னான். "நீ நாசமாகப் போக, உன்னை முன்னைய நிலைக்கு நான் கொண்டு வருகிறேன். ஆல்வாவும் அழிக்கப்பட வேண்டும்.''

"உனது வார்த்தையை நீ காப்பாற்றுவாய் என்பதை நான் எங்ஙனம் அறிந்து கொள்வது?'' அர்பன் கேட்டான். அந்நேரத்தில் அங்கு நுழைந்து அவர்களுக்கு அருகில் வந்து இந்தக் கண்காட்சியை உற்று நோக்கிய மனிதன் மீது அவன் கண்களை நிமிர்த்தினான். அம்மனிதன் மூச்சுத் திணறி, ஒரு நாற்காலி மீது சாய்ந்தான்.

"என் வார்த்தை உனக்குக் கௌரவிக்கப்படும்.''

"அது மட்டும் போதாது.''

"நான் எழுந்து, நாகரிகமான மக்களைப் போல நாம் பேசுவோம்'' நியூமோர் கெஞ்சினான். "எந்தவகையிலும் நான் உனது கைகளில் தான்!''

அஞ்சிநின்ற வெயிட்டரிடம் அர்பன் பணத்தைக் கொடுத்தான். பிறகு அவர்கள் வெளியே நடந்தார்கள்.

"இங்கு!'' அறையின் ஒரு மூலையை அர்பன் சுட்டிக்காட்டினான்.

தனது சகாவிற்கு அப்பால் பார்த்தபடி "நாம் நாளை தொடரலாம்'' என்றான் நியூமோர்.

"அது விஷயத்திற்கு மிக முக்கியமானது.''

"உனது கார் பிளாஸ்டிக்கால் பாதுகாப்புச் செய்யப்பட்டிருக்கிறதா?''

"ஆமாம். என்னால் பிளாஸ்டிக் துணிகள் கூட தயாரிக்க முடியுமானால் நான் உன்னைக் கவலைப்படுத்த வேண்டியதில்லை.''

"ஆக, இதுதான் கவலை என்று கூறப்படுகிறது'' தனது கழுத்தில் இருந்த கன்றிப் போன பெரிய காயத்தை விரலால் தடவியபடி ஏதோ சிந்தனையில் நியூமோர் கூறினான்.

“அது முக்கியமான விஷயமல்ல. இந்த உச்ச நடவடிக்கைகளுக்கு நீயாகவே என்னை ஓடத் துரத்தினாய்.”

“நாளை இன்ஸ்டிட்யூட்டிற்கு வருவது நல்லது.”

“ஒருவரால் உள்ளே நுழைய முடிவது போல!”

“நான் அனுமதிச் சீட்டுத் தருவேன்.”

நியூமோர் காகிதக் கட்டை வெளியே எடுத்து, அதில் சில வார்த்தைகளை எழுதினான். பிறகு தாளைக் கிழித்து அர்பனிடம் கொடுத்தான். அவனும் அதன் வாசகங்களைக் கவனமாகப் படித்தான். திருப்தியுடன் தலையாட்டினான். அந்தக் காகிதத்தின் ஒரு மூலையில், “கடிதம் கொண்டு வருபவனுக்கு கிட்டத்தட்ட எல்லாக் கதவுகளையும் திறந்து விட வேண்டும்” எனப் பொறித்து இருப்பதை அறிந்தான்.

அந்தத் துண்டுத் தாளை மடித்துவைத்த அர்பனைக் கவனித்தபடி நியூமோர், “இன்று எதையும் குடிக்க வேண்டாம். நாளைக் காலையும் வேண்டாம்” என்றான்.

“ஏன், தண்ணீரைக் கூடவா?”

“விஸ்கி பற்றி நான் குறிப்பட்டேன்.”

“இரண்டு மாதங்களாய் நான் விஸ்கியை ருசி பார்க்கவே இல்லை. எதார்த்தமாக நான் அதன் வாசனையைக்கூட மறந்து விட்டேன்.”

“குடிப்பதில் நீ பெரிதும் விருப்பமுடையவன் என்பதை நான் நினைத்துப் பார்க்கிறேன்!”

“தேவை மறைந்துவிட்டது. பொதுவாக எனக்கு எந்த விருப்பமும் கிடையாது. மனம் போன போக்கில் நான் காரியமாற்றுகிறேன். இல்லையெனில் இங்கு இந்த மரத்தைப் போல தாவர வாழ்க்கை வாழ்ந்தேன்.” என்று சொல்லி மரப்பட்டையின் தடித்த பகுதியைத் தட்டினான்.

“ஆனால் நீ எருதைப் போல வலுவுள்ளவனாக மாறியிருக்கிறாய்.”

“என்ன பயன்? நான் எல்லாரையும் போலவே வாழ விரும்புகிறேன். எல்லாரையும் போல இன்ப துன்பங்களை நுகர விரும்புகிறேன். ஒரு கண்ணாடிக் குடுவைக்குள் இருக்கும் மீனைப் போல இருக்கிறேன். முனைப்பாக முன்வந்து பிறர் காரியங்களில்

தலையிடுகிற ஒரு விநோத மீன். சில வேளைகளில் எனது குருதி மீனுடையதைப் போல குளிர்ச்சியாக இருப்பதாக உணர்கிறேன். ஓ! இந்தப் பேயுருவிலிருந்து விடுதலை பெற்றால் நான் பெரிதும் மகிழ்ச்சியடைவேன்! உனக்குத் தெரியும்'' அர்பன் நம்பிக்கையுடன் சிரித்தபடி கூறினான், "ஆக இந்த இரண்டு மாதங்களில் அநேக விஷயங்கள் நடந்தேறி விட்டன. லின்டாவை நான் பார்த்து பல காலமாகி விட்டது...''

"நீ இப்பொழுது அவளைக் காணலாம்'' புதிரான பார்வையுடன் நியூமோர் கூறினான்.

"கடந்ததை மறப்போம், நியூம்'' என்றான் அர்பன். "ஒரு சோதனையில் நீ ஈடுபட்டிருக்கிறாய் என்பதை என்னால் புரிந்து கொள்ள முடிகிறது. நானும் ஒன்றைச் செய்கின்றபோது உலகைப் பற்றிய எல்லாவற்றையும் மறந்து விடுகிறேன்... என்னையோ மற்றவர்களையோ என்னால் ஒதுக்க முடியாது. எல்லா நட்டத்தையும் பொருத்தமட்டில்... என்னிடம் உள்ளது உன்னுடையதுதான்.''

முன்னால் நிமிர்ந்து பார்த்தபடி நியூமோர், "நான் ஈடுபட்டிருக்கவில்லை. உனது தவறு காரணமாக எனது சோதனை சேதமாகிவிட்டது.''

"சோதனையா?'' அர்பன் திரும்பக் கேட்டான். "இப்பொழுது அந்த சோதனை பற்றி ஒன்று அல்லது இரண்டு விஷயங்கள் தான் தெரியும்.''

"உன்னிடமிருந்து நான் எதையும் மறைக்கவில்லை. எனது கார்டுகளை நான் மேசையின் மீது போட்டுவிட்டேன். நீ மறுத்திருக்கலாம்.''

"நீ உனது அட்டை முழுவதையும் மேசையின்மீது போடவில்லை, நியூமோர்'' தனது தலையை அசைத்தபடி அர்பன் கூறினான். "என்னிடம் கூறியதைவிட நீ லின்டாவிடம் அதிகமாகக் கூறியிருக்கிறாய்.''

நியூமோரின் முகம் நடுக்குற்றது. அவன் அதிகம் பேசினான் என்பதை அர்பன் உணர்ந்து கொண்டான்.

"இப்பொழுது நான் போகலாமா?'' பனை ஓலையைத் தள்ளியபடி நியூமோர் கேட்டான்.

தனது வழியிலிருந்து நகர்ந்தபடி அர்பன் கூறினான் : "நாளை வரை. ஒரு நிமிடம் பொறு! நீ கப்பல் அறையிலுள்ள ஒதுக்கிடத்தைப்

பெற போய்க் கொண்டிருக்கவில்லை, இல்லையா? கடலின் மறுபுறத்திற்கா, சொல்?''

"பயப்பட வேண்டாம், நான் செய்ய மாட்டேன்'' என்றான் நியூமோர். அர்பன் அவனை நம்பினான்.

அருந்தகத்தை விட்டு அர்பன் மகிழ்ச்சியோடு வெளியே வந்தான். திரும்பிப் பார்க்காமல் அவனது காருக்குச் சென்றான். அவனது தலைவிதியை நிர்ணயிக்கப் போவது போல வேண்டுமென்றே மெதுவாக நடந்து செல்வதைப் போல அவன் உணரவும் செய்தான்.

கார் உடனேயே கிளம்பியது.

தானியங்கி ஓட்டுநரை அர்பன் நிறுத்தினான். ஸ்டேரிங்கிற்குப் பின்னால் உட்கார்ந்து கொண்டான். முழுமையான சக்தியை பெற்றிருப்பதாக அவன் உணர்ந்தான். அவனையும் மற்ற எவரையும் பிரித்திருக்கின்ற திரை நாளை உருகத் தொடங்கிவிடும்.

அர்பன் தனது சிந்தனைகளிலேயே முற்றிலும் மூழ்கிப் போய்விட்டான். பார்க்காமலேயே அவன் ஓட்டினான். இருப்பினும் இது எந்த உயிருக்கும் ஆபத்தை ஏற்படுத்தவில்லை. ஏனெனில் ஓட்டுநர் என்ற வகையிலான இவனது பணி, செயல்முறையில் சொல்வதானால், ஸ்டெயரிங்கைத் திருப்புதற்கு மேலாகத் தேவைப்படவில்லை. மனிதன் தானாகக் கார் ஓட்டிய காலம் மறைந்து விட்டது. இப்பொழுது இடஞ் சுட்டுகின்ற கருவி, முன்னால் உள்ள தடைகளையும் தடைகளுக்கான வாய்ப்பினையும் கூட - பக்கத்துத் தெருவிலிருந்து ஒரு கார் வெளியே வருவது, அல்லது ஒரு பூனை தெருவைக் கடந்து செல்வது போன்றவைகளையும் _ காட்டியது.

உண்மை, தானியங்கி ஓட்டுநரை அர்பன் நிறுத்திவிட்டான். ஆனால் அது கார் இறுதியாகப் போய்ச் சேர வேண்டிய இடம் குறித்து தகவல் பெறவில்லை என்பதும், அர்பன் போக வேண்டிய தெருக்களைத் தெரிவு செய்து கொள்வான் என்பதும் பொருள்படும். வண்டியின் வேகமும், தடயமும் எலெக்ட்ரானிக் கருவிகளால் முடிவு செய்யப்பட்டன. இது தெருக்களில் பாதுகாப்பை உறுதிப்படுத்தியது. அர்பன் விரும்பினால் கூட அவனால் ஒரு சொறி நாயின் மீது காரை விட முடியாது. எந்தத் தடையாக, திடப்பொருளாக, நகருவதாக இருந்தாலும் எலெக்ட்ரானிக் கருவி காரை நிறுத்திவிடும்.

கார் உரிமையாளன் எவ்வளவு அவசரத்தில் இருந்தாலும் பரவாயில்லை. இன்ஃபிரா கண்ணின் வேலையே விபத்துகளைத் தவிர்ப்பது தான்.

ஒன்றுக்குப் பின் ஒன்றாகத் தெருக்களை அர்பன் கடந்து சென்றபோது, தெருக்களில் காணப்பட்ட பழைய காலத்திய கல்வைத்த வீடுகள், அந்தரத்தில் எடையற்றுக் காணப்பட்ட புதிய குவிமாடக் கட்டிடங்கள் _ அர்பன் எதையும் கவனிக்கவில்லை. பெருமுயற்சியினால் பெற்ற அவனது வெற்றியாலும் நியூமோருடன் அவனது உரையாடலாலும் முழு அளவில் மகிழ்வின் எக்களிப்புக்குச் சென்றான். அவனது ஆல்வாவை அழிப்பதனால், அவன் மீது அளவற்ற பணத்தையும், மூளை சக்தியையும் செலவிட்ட துயரத்தை நியூமோர் உணர்ந்தான் என்பதை அவன் அறிந்தான். இந்தத் தகவலை அர்பன் திரும்பப் பெற்றபோது, ஆல்வா மறைந்து போவான் என்பது தவிர்க்க முடியாதது. உண்மையில் அது மிகவும் வெட்கக் கேடானது. ஆனால் நியூமோருக்காக ஏன் தனது வாழ்வை அர்பன் பணயம் வைக்க வேண்டும்? நியூமோர் அவனை ஏமாற்றி ஒத்துக்கொள்ள வைத்துவிட்டான். அது அவனுக்கு நாகரிகமானதன்று. அதற்கு இப்பொழுது அவன் விலைகொடுத்தாக வேண்டும்.

பெரிய ஏ.எஃப்.ஏ. டிபார்ட்மெண்டல் ஸ்டோருக்கு முன்னால் அர்பன் நிறுத்தினான். வேலை நேரம் முடியும் தறுவாயில் இருந்தது. பக்கவாட்டில் கூட்டம் அதிகமிருந்தது. காரை விட்டுப் போவதற்கு அர்பன் துணியவில்லை. கூட்டத்தில் கவனிக்க முடியாமலே ஆல்வா நெருங்க முடியும். திறந்த இடத்தில் இருப்பது மிகவும் பாதுகாப்பானது.

அவனது பயங்கள் அர்பன் மீது திரும்பலாயின. பக்கத்தில் சென்ற ஒவ்வொருவரையும் ஆல்வா என்று அஞ்சினான். விடுதலை பெறப் போகும் வேளையில், இப்பொழுது இறப்பது மிகவும் முட்டாள்தனமானது. சில அடிகள் எடுத்து வைக்க வேண்டிய தேவை மட்டுமே அவனுக்கிருந்தன, ஆனால் ஒவ்வொன்றும் அழிவார்ந்ததாயிற்று. அண்மையில் சென்றவர்களை உற்றுப்பார்த்தான். அவர்களில் நடுத்தர வயதில் ஒருவன் சில பொட்டலங்களைவிட ஒரு தடித்த கைப்பெட்டியைத் தூக்கியவாறு தென்பட்டான். அவனது கண்கள் கவலைகளினால் அலுத்துப் போய்க் காணப்பட்டது. அவன் தனது சொந்த வாழ்க்கையைப் பற்றி ஏறத்தாழ சிந்திப்பவனாகத் தோன்றவில்லை. நல்ல உடல்நலத்தோடு கூடிய ஓர் இளைஞன் விலையுயர்ந்த காரில் உட்கார்ந்து

கொண்டிருப்பதைக் காண்பதற்கும், அவனோடு இடமாற்றிக் கொள்வதில் மிக்க மகிழ்ச்சியடைவதிலும் எவ்வளவு வியப்படைந்திருப்பான்...

பத்து அடிகள் _ ஒரு பாதாளத்தைக் கடந்து போடப்பட்ட பாதை போல. திடீரென்று அர்பன் ஓர் அறிமுகமான முகத்தைப் பார்த்தான். மொத்தத்தில், கடந்த இரண்டு மாதங்களாக அவனது நினைவு பிசகாததாகிவிட்டது. இருபது ஆண்டுகளுக்கு முன்னால் நடந்த ஒரு நிகழ்ச்சியைக் கூட துல்லிதமாக அவனால் நினைவு கூர முடியும். அவனது மனத்தில் தெளிவில்லாது படிந்த ஓர் உருவம் திடீரென்று, திறமை மிக்க நாணயச் சேகரிப்பாளர் ஓர் அமிலத்தைத் தடவி பழைய நாணயத்தைத் தெளிவுபடுத்துவது போல, பளிச்சிட்டது. இது இருப்பினும், மகிழ்ச்சியான நினைவுக்கே பொருந்தும். மகிழ்ச்சியற்ற ஒன்று கலைந்து போனதாகத் தென்பட்டது.

தனது கண்களை கார் மீது முக்கியத்துவமில்லாது பார்த்தபடி அப்பெண் விரைந்து நடந்தாள். அர்பன் சன்னலைத் தட்டினான். அவள் பின்பக்கமாகத் திரும்பினாள். அந்த மனிதன் அவளை அழைத்தானா? அவள் புரிந்து கொள்ளவில்லை... அவள் தனது தோள்களை குலுக்கிக்கொண்டாள், பிறகு திரும்பிவிட்டாள். ஆனால் கடைசி நிமிடத்தில் திருப்பு வளையத்திற்குப் பின்னால் உட்கார்ந்து கொண்டிருந்த அந்த மனிதனின் இரங்கத்தக்க பார்வை அவளது கவனத்தைக் கவர்ந்தது. அவள் காரை நோக்கி வந்தாள். அவளது சட்டைக் கையில் ஏ.எஃப்.ஏ. அடையாளமிருந்தது. சென்ற ஆண்டு இப்பெண்ணை லின்டா அர்பனிடம் சுட்டிக்காட்டினாள். இப்பொழுது அவன் அவளை அடையாளம் கண்டுகொண்டான். அவள் லின்டாவுடன் பண புரிந்தாள்.

அவனது வெறிபிடித்த அடையாளங்களை அவள் மிகுந்த ஆச்சரியத்துடன் பார்த்தாள்.

"வாசனைப் பொருள் பிரிவில் நீ பணியாற்றுகிறாயா?'' தடித்த கண்ணாடி வழியாக அர்பன் உரக்கப் பேசினான்.

அப்பெண் தலையசைத்தாள்.

"லின்டா லானை உனக்குத் தெரியுமா? ''

காரின் கதவைத் திறந்து விடக் கோருவது போல அவள் தனது காதுகளைச் சுட்டிக்காட்டினாள்.

அவளது அடையாளங்களைக் கவனிக்காதவன் போல திரும்பவும் "லின்டா!'' என்று உரக்கக் கத்தினான்.

இம்முறை அப்பெண் பெயரைத் தெரிந்து கொண்டு தலையாட்டினாள். அவளுக்காக இங்கு இவன் காத்துக் கொண்டிருக்கிறான் என்பதை அவளிடம் இவள் கூறுவாளா?

"எங்களது தலைவர் மிகவும் கண்டிப்பானவர்'' அவள் உதட்டை அசைத்து சமாளிப்பதைப் பார்த்தான். "அவர் அவளை வெளியே விடமாட்டார்.''

"நான் இங்கிருப்பதாக மட்டும் அவளிடம் கூறு போதும்'' அவன் கேட்டுக் கொண்டான்.

"என்ன பெயரை அவளிடம் நான் சொல்வது?'' அப்பெண் கேட்டாள். அவளது கண்கள் வியப்பில் ஆழ்ந்திருந்தன.

"அவளிடம் _ ஓர் அடிமை என்று கூறு.''

"என்ன?'' தான் சரியாகக் கேட்டுக் கொள்ளவில்லை என்று அவள் நினைத்தாள்.

அர்பன் திரும்பக் கூறினான். அப்பெண் டிபார்ட்மெண்டல் ஸ்டோரை நோக்கி நடந்தாள். ஸ்டோருக்குள் அவளை அழைத்துச் செல்லும் படிக்கட்டில் காலை வைப்பதற்கு முன்னதாக, அவள் திரும்பி அந்த மனிதனைக் கூர்ந்து கவனித்தாள்.

அர்பனின் இதயம் பலமாக அடித்துக் கொண்டிருந்தது - கடந்த சில வாரங்களாக அவன் மறந்து போன ஒருவித உணர்வு. சீக்கிரமாகவே லின்டா ஸ்டோரை விட்டு வெளியே வந்தாள். அவளது சீருடைத் தொப்பி ஒருச்சாய்த்து இருந்தது. செம்பொன்னிறமான அவளது தலைமுடி நன்கு வெளித் தெரிந்தது. அவள் செய்வதறியாது சுற்றும் முற்றும் பார்த்தாள். பிறகு அவள் அர்பனைப் பார்த்தாள். உடனே குறுக்காகக் கடந்து சென்றாள். ஒரு விலையுயர்ந்த காரில் அவன் உட்கார்ந்து கொண்டிருப்பதைப் பார்க்க அவள் பெரிதும் வியப்புற்றாள். அர்பன் கதவைத் திறந்து லின்டாவை உள்ளே இழுத்தான். பிறகு உடனடியாகத் திரும்பவும் கதவைச் சாத்தி விட்டான்.

அவர்கள் நேற்றுத்தான் பிரிந்தவர்கள் போல தொடர்பற்று சில சொற்றொடர்களைப் பரிமாறிக் கொண்டார்கள். ஆனால் எதார்த்தத்தில்...

"நீ ஒரு பேதையாகத்தான் இருக்க வேண்டும் என என் சிநேகிதி சொன்னாள்'' லின்டா சிரித்தபடி சொன்னாள்.

"அவள் சரியாகக்கூட இருக்கலாம்'' என்று பதிலளித்தான் அர்பன் கருத்தாழத்தோடு.

“நான் வருந்துகிறேன்'' என்றாள் உள்ளம் நெகிழ்ந்தபடி, “நான் மறந்து விட்டேன். நீ எப்படி இருக்கிறாய்?''

“நல்லபடியாக... மிகவும் நல்லபடியாக.''

லின்டா மகிழ்ச்சியோடு சிரித்தாள்.

“ஆக, நீ ஒரு டாக்டரைப் பார்த்துவிட்டாய்?'' அவன் சம்மதத்திற்குக் கூட எதிர்பார்த்துக் கொண்டிராமல் அவள் தொடர்ந்து பேசினாள். “என்ன சிகிச்சை அவர் உனக்குத் தந்து கொண்டிருக்கிறார்?''

“இதுவும் அதுவும்.''

“அவரது உத்தரவுகளை நீ கடைப்பிடிக்கிறாயா?''

“ஓ... ஆமாம். நாளை, தொடக்கமாக முக்கியமான பயிற்சி தொடங்குகிறது.''

மேலும் வினாக்கள் கேட்காததற்காக அர்பன் லின்டாவுக்கு நன்றியுடையவனாக இருந்தான். தனது நீண்ட வராமைக்காக சில மன்னிப்புகளை அவன் தயாராக வைத்திருந்தான். ஆனால் அவை தேவையற்றுப் போய்விட்டன.

“என்னிடம் கூறுவதற்கு நிறைய இருக்கின்றனவா?'' கவலையுடன் லின்டா கேட்டாள்.

“ஏன்? தலைவர் கண்டிப்பானவரா?''

“உனக்கு எப்படித் தெரியும்? எப்பொழுதாவது புகார் செய்ததாக நான் நினைக்கவில்லை...''

“உன்னிடம் சொல்வதற்கு எனக்கு நிறைய விஷயங்கள் உள்ளன. நீ இல்லாமல் அவர்கள் உண்மையாகவே சமாளிக்க முடியாதா?''

“அவர்களால் முடியும் என்றே நான் நினைக்கிறேன்'' லின்டா ஐயத்துடன் கூறினாள்.

அர்பன் ஸ்டார்ட்டரை அழுத்தினான்.

“நீ எங்கு போக விரும்புகிறாய்?''

“நகரத்திற்கு வெளியே நாம் போகலாம்'' லின்டா ஆலோசனை கூறினாள். “சுத்தமான காற்றைப் பெறலாம்!''

“அது மிகத் தொலைவு'' அர்பன் தனது தலையை அசைத்தபடி கூறினான்.

“அப்படியே, உனக்கு எங்கே போக விருப்பமோ, அங்கு ஓட்டு.”

லின்டாவைப் புறக்கணித்த தவறை அர்பன் உணர்ந்தான். நியான் விளக்கு விளம்பர வெளிச்சத்தில் அவளது முகத்தை உற்றுப்பார்த்தான். அவள் ஆழ்ந்த சிந்தனையில் ஆழ்ந்தபடி அமர்ந்திருந்தாள். அவளது கை சுற்றும் வளையத்தின் மீது இருந்தது. அர்பன் அவளது கரிய மணிக்கட்டின் மீது தனது கன்னத்தை வைத்து அழுத்த ஏங்கினான்.

“ஜிப்சி” என்றான் அவன் மெதுவாக.

“ஆம், அன்பரே” பதிலாக பணிவோடு பேசினாள்.

“இந்த மாலைப் பொழுது நம்முடையது. நமது நிறைவுக்கு ஓட்டுவோம். பிறகு எங்காவது இரவுச் சாப்பாட்டை வைத்துக் கொள்வோம். இத்தாலியன் உணவகத்தைப் பற்றி நீ என்ன கூறுவாய்? அவர்கள் அங்கு அற்புதமான திரி இடியாப்பம் வைத்திருக்கிறார்கள்” அவன் தனது பக்கவாட்டுப் பாக்கெட்டைத் தட்டிக் கொடுத்தபடி கூறினான்.

“நீ நிறையப் பணம் வைத்திருப்பவன் போல காணப்படுகிறாய், ஆர்பி. அதை எங்கு நீ பெற்றாய்? இது யாருடைய கார்?”

“இது என்னுடையது. இல்லை, ஒருவகையில் நம்முடையது.”

“ஆனால் முன்னதாகவே...”

“கவலை வேண்டாம்” அர்பன் அவளை இடைமறித்தான். “நேர்மையான உழைப்பின் மூலமாகப் பெற்றேன். போன மாதம் நான் ஒரு பெரும் குவியல் சம்பாதித்தேன். “நடமாட்டமுள்ள மையப் பகுதிக்கு காரை ஓட்டிச் சென்றான். பல வர்ணமுள்ள கவிகை மாடங்களைப் பார்த்தபடி சென்றான். “ஒருவகையில் எனது உடல்நலக்குறைவோடு தொடர்பு கொண்டது.”

“இன்சூரன்ஸா?” லின்டா கேட்டாள்.

“இல்லை. இந்த நலக்குறைவு நன்கு வேலை செய்ய வேண்டும் என்பதற்காக எனது மூளைக்கு ஏற்பட்டது. நீ வெஸ்டர்னைத் திருப்தி செய்தால், அவர்கள் நிறையப் பணம் தருகிறார்கள். ஒருவகையில் நான் எந்தவித சிகிச்சையும் பார்த்துக் கொள்ளவில்லை, நீ என்ன நினைக்கிறாய்?”

“முட்டாள்தனமாகப் பேசாதே” என்றாள் லின்டா கூர்மையாக.

“இது ஒரு வேடிக்கை, ஜிப்சி.’’

“இந்த மாதிரி வேடிக்கை மிகவும் கொடுமையானது.’’

சிந்தனை இல்லாமல் அர்பன் ஓட்டினான். என்ன செய்வதென்று காருக்கே தெரியும். அது பரப்பைச் சாப்பிடுவது போல காணப்பட்டது.

“உனக்கு சிகிச்சை முறை நாளை தொடங்குகிறது என்பது நல்லது. பணத்தைப் பொருட்படுத்த வேண்டாம். இந்தக் கார் போன்ற பொம்மைகளுக்கு’’ இருக்கைக்குப் பக்கத்தில் இருந்த செர்ரி நிறத்திலான மூடியைத் தட்டிக் கொடுத்து “நான் ஆர்வமில்லாது இருக்கிறேன். இனிமேலும் தயவுசெய்து காணாமறபோய் விடாதே... ஏனென்றால் திரும்பவும் நீண்ட காலத்திற்கு நாம் பார்க்காமல் இருந்து விட்டால், நீ திரும்பவும்...’’

“நாம் பிரிந்து போவதற்கான தேவையே இல்லை’’ அர்பன் மெதுவாகக் கூறினான். “நீ அவ்வாறு சொன்னால், மேலும் ஒன்றுக்கும் பயன்படாதவன் தனது எல்லாவற்றையும் உனது காலடியில் வைக்கத் தயாராக இருக்கிறான்...’’

அர்பன் தனக்கே உரிய பாணியில் தடுமாறி எப்படி முடிப்பது என்பதறியாது திகைத்தான். அவனுக்கு உதவி செய்யும் வகையில் லின்டா வலியச் சிரித்துக் கொண்டு, அது எல்லாவற்றையும் ஒரு கேலியாக மாற்றிவிட்டாள்.

அந்த மாலைப் பொழுதில் அவர்கள் தங்களது எதிர்காலம் பற்றி நெடிது விவாதித்தார்கள்.

“நாம் எங்காவது போகலாமா?’’ என்றான் அர்பன். “எங்காவது தொலை விடத்திற்கு.’’

தனது கண்களைத் திறக்காமலேயே லின்டா, “கடற்கரைக்கு’’ என்று முணுமுணுத்தாள்.

“ஆமாம், கடற்கரைக்கு’’ அர்பன் ஒத்துக் கூறினான். “ஏதாவது பெட்ரோல் நிரப்பு நிலையத்தில் ஒரு மெக்கானிக்காகவோ, பழுது திருத்துபவனாகவோ நானே எனக்கு ஒரு வேலை தேடிக்கொள்ள வேண்டும்.’’

லின்டா தனது கண்களைத் திறந்தாள்.

“இங்கு பார். இந்த சிகிச்சை என்னை எப்படிப் பாதிக்கும் என்று எனக்குத் தெரியாது'' அவளது கேள்விப் பார்வைக்கு பதில் கூறுவதுபோல் அர்பன் விளக்கினான்.

புரிந்து கொண்டவளாய் லின்டா தலையசைத்தாள்.

காரின் சன்னல்களுக்கு அப்பால் நகரம் எதார்த்தமற்றதாகவும், பெரும்பாலும் பேய்த் தோற்றம் கொண்டதாகவும் தென்பட்டது. தனது கண்களைக் கசக்கி விட்டுக்கொண்டு பார்த்தால், அந்தத் தோற்றம் மறைந்து ஏதோ ஒரு கனவு போலத் தெரியும்.

“ஒரு வார காலத்திற்குள்ளாக நம்மால் போக முடியும்'' நெடுஞ் சாலையினின்றும் காரை ஒரு நீண்ட குறுகிய தெருவிற்குள்ளாகத் திருப்பும்படி அர்பன் கூறினான்.

“நான் நாளையே போக முடியும். இவற்றால் எல்லாம் நான் மிகவும் களைத்துப் போய்விட்டேன்...''

லின்டா பேச்சை நிறுத்திக்கொண்டாள். அவளது வாயின் இரு ஓரங்களிலும் இரண்டு மடிப்புகள் காணப்பட்டன. அப்பெண் போதுமான துணிவு பெற்றிருந்ததாலும், ஒரு முறையேனும் புகார் செய்யவில்லை, எனினும் அவளது வாழ்க்கை அவ்வளவு இலகுவானதல்ல என்று அர்பன் நினைத்தான்.

“நாளை என்னால் சமாளிக்க முடியாது. செய்ய வேண்டிய காரியங்கள் நிறைய உள்ளன'' என்றான் அர்பன்.

“உனது சிகிச்சையோடு சம்பந்தப்பட்டதா?''

அர்பன் தலையசைத்தான்.

ஏதோ ஒப்பந்தம் செய்து கொண்டதைப் போல அவர்கள் ஒருபோதும் நியூமோரின் பெயரை குறிப்பிட்டுக் கொள்ளவில்லை. இது அர்பனுக்கு மகிழ்ச்சியைத் தந்தது. தனது உணர்ச்சிகளை வார்த்தைகளில் சொல்ல முடியாத நிலைமை லின்டாவினுடையது. கற்பனை செய்யலாம் _ ஒரு மனிதனுடைய மூளையின் ஆற்றலை கூரறிவற்றதாக்கும் கவனிப்பு மற்றவர்களைப் போல சாதாரண மனிதனாக்குவதாகும். மேதாவித்தனம் என்பது மூளையின் மனமாறாட்டம் என்பதைத் தவிர வேறில்லை என்றாகுமா? மற்ற மக்களிடமிருந்து மேதையை வேறுபடுத்திக் காட்டுவது எது? இந்த எண்ணங்கள்தான் என்று சொல்ல முடியாது, ஆனால் இவற்றின் நிழல்கள் லின்டாவின் மனத்திலே ஊடாடின.

“இன்னும் சில நாட்களுக்கு நான் மிகவும் மும்முரமாக இருப்பேன்'' என்ற அர்பன் தனது நெஞ்சுக்கு மேலுள்ள பாக்கெட்டில் ஒரு தாளைத் தொட்டுக் கொண்டிருந்தான்.

“ஓ.கே., நாம் பிறகு புறப்படலாம். வசந்த காலம் நோக்கி.''

காரின் முகப்புக்குப் பக்கமாக குழந்தைகளின் கூட்டம் முண்டியடித்துக் கொண்டு சென்றதால் கார் விரைந்து நின்றது. கார் தெருவிற்குள் திரும்புகின்ற போது, அதனது எல்லா இயக்கங்களும் கம்ப்யூட்டரால் முன்கூட்டியே ஒழுங்குபடுத்தப்பட்டிருந்ததால், காரின் வேகத்தால் அவர்களது உயிர்களுக்கு எந்த ஆபத்தும் ஏற்படாமல் தவிர்க்க முடிந்தது.

“என்னிடம் கூறு, நீ எப்பொழுதாவது என்னைப் பற்றி நினைத்திருக்கிறாயா?'' அர்பன் திடீரென்று கேட்டான்.

“சில வேளைகளில்'' லின்டா சிரித்தபடி பதில் சொன்னாள்.

“அடிக்கடியா?''

“நான் உன்னை அடிக்கடி நினைக்கும் தகுதியுள்ளவள் என்று நினையாதே...''

“தயவுசெய்து... என்னைப் பற்றி நினைக்கவே வேண்டாம் என முயல்...'' அர்பன் சீரிய முறையில் கூறினான்.

“தன்னடக்கம் என்பது ஒருவகையில் மிகச் சிறந்த குணம்.''

“நான் கேலி பேசவில்லை. என்னைப் பற்றி நினைக்கவேண்டாம். நமது சந்திப்புகளைப் பற்றியும் நினைக்கவேண்டாம்... குறைந்தது சில நாட்களுக்காவது.''

“ஏன்?'' வழக்கத்திற்கு மாறான கோரிக்கையைக் கேட்டு லின்டா இரைந்தாள். “உன்னைப் பற்றி நான் நினைப்பதை நீ ஏன் தடுக்கிறாய்? நீ அதை விரும்பவில்லையா?''

“என்னால் விளக்க முடியாது. பிறகு... நாம் எப்போது ஒன்றாக இருப்போம். நீ ஏன் சிரிக்கிறாய்? நான் ஒரு வடிகட்டிய முட்டாளாக உனக்குத் தென்படுகிறேனா?''

“நீ ஒருவகையில் அப்படித்தான். தயவுசெய்து உணர்ச்சிவயப்பட்டுப் போகாதே!'' அர்பனை ஒட்டிக்கொண்டு அவள் கூறினாள்.

“உண்மையல் ஒரு குரங்கு பற்றிய நீதிக்கதையை நான் நினைத்துப் பார்த்தேன். ஒரு மந்திரவாதி ஒரு நபரிடம் கூறினார் :

"உனது இளமையையும் நல்ல தோற்றத்தையும் நான் உனக்குத் திரும்பித் தரவேண்டும் என்று நீ விரும்புகிறாயா?'' _ "நான் விரும்புகிறேன்'' பதிலளித்தான் அந்த முதிய கூனிய மனிதன். "இதற்கு நி ஒரு நிபந்தனையை ஏற்றுக்கொள்ள வேண்டும்'' என்றார் அம்மேதை. "முன்கூட்டியே நான் ஒத்துக் கொள்கிறேன்'' _ "ஓ! அது ஓர் இலகுவான நிபந்தனைதான். வெறுமனே ஒரு ஐந்து நிமிடங்களுக்கு நீ குரங்கு பற்றி நினைப்பதைத் தவிர்க்க வேண்டும். அவ்வளவுதான். அந்த ஐந்து நிமிடங்கள் உன்னை மாற்றுவதற்குத் தேவைப்படுகின்றன.''

"பிறகு என்ன நடந்தது?''

"அம்மேதை அவரது வாக்குறுதியை நிறைவேற்றியே தரவில்லை. அவரது நிபந்தனை நிறைவேற்றப்பட முடியாத ஒன்று.''

"பிறகு அம்மனிதன் கிழவனாகவும் கூனியும் இருந்தான்?''

"அது சரி.''

"இல்லை'' அர்பன் கீச்சுக் குரலில் சொன்னான். "நாம் நமது நினைவுகளைக் கட்டுப்படுத்த முடியாது. ஒரு மனிதனது நினைவுகளைப் பங்கு போட்டுக்கொள்வதை விட அவனைக் கொல்வது மிகவும் சுலபமானது'' ஏதோ சந்திப்புத் திட்டத்தை நினைவு கூர்ந்தவன் போல அவன் தனது கைக்கடிகாரத்தை மேலோட்டமாகப் பார்த்தான்.

"நேரம் எப்படி ஓடுகிறது!'' என்றாள் லின்டா.

"எங்காவது சாப்பிடப் போகலாம்.''

"எனக்குப் பசியில்லை.''

"நானும் அப்படித்தான்'' அர்பன் உறுதி செய்தான். "நல்லது. பிறகு, நான் உன்னை எங்கு கூட்டிச் செல்ல? உனது விற்பனை நிலையத்திற்கு?''

"வீட்டிற்குக் கூட்டிச் செல். மிகவும் தாமதமாகிவிட்டது.''

அர்பன் முகப்புப்பட்டையில் இருந்த சில பொத்தான்களை அழுத்தினான். தானியங்கி ஓட்டுநரை முடுக்கி விட்டுவிட்டு, மெத்தையில் நன்கு சாய்ந்து கொண்டான்.

நகரத்தின் மையப் பகுதியைக் கடந்தபோது, தெருக்களில் போதுமான வெளிச்சம் இல்லாமலிருந்தது.

சாலையின் இருமருங்கிலும் உள்ள நிறைந்த வீடுகளைக் காண முடியவில்லை. வெளிச்சம் தரும் கும்பங்கள் மட்டும் விதிவிலக்கானவை. கதிரியக்கத்தின் வீச்சு கூடிக்கொண்டே வந்ததால் மக்கள் கட்டியிருந்த சன்னலற்ற வீடுகள் தற்போது ஆட்களின்றி காணப்பட்டன. இக்கட்டிடங்களின் சதுரப் பெட்டிகள் மிகவும் அருவருக்கத்தக்கதாகி விட்டன. ஆனால் எப்படியோ நகர அலுவலர்கள் அவற்றைக் கீழே சாய்க்காமல் விட்டு வைத்திருக்கிறார்கள். நகரத்தின் இந்த மாவட்டத்தில் விளம்பரங்கள் மிகக் குறைவு.

கார் நின்ற போது லின்டா கூறினாள்: “போன தடவை நீ வீட்டிற்கு என்னை டாக்ஸியில் அழைத்து வந்தாய், நினைவிருக்கிறதா? இப்பொழுது நீ சொந்தக் கார் வைத்திருக்கிறாய்.’’

பக்கத்துச் சன்னல் வழியாக இருளை அர்பன் உற்றுப்பார்த்தான்.

“நிச்சயமாக அது கட்டுறுதி வாய்ந்த குதிரைதான்’’ ஏற்றுக்கொள்வது போல லின்டா கூறினாள். “எனக்கு என்ன பிடிக்கும் என்பது உனக்குத் தெரியுமா, ஆர்பி? நாம் கடற்கரைக்குப் போகும் பொழுது இது தனது கடுவெறுப்பைக் காட்டிவிடும். நான் உண்மையாகவே தலைசுற்றும் வேகத்தை முயற்சிக்க விரும்புகிறேன், ஓ.கே.?’’

அர்பன் தலையசைத்தான். அவனது பார்வை தெருப்பக்கம் சென்றது. அது முற்றிலும் வெறிச்சோடிக் காணப்பட்டது. “இந்த விளக்கு மியூசியத்தைச் சேர்ந்தது’’ காற்றினால் அடித்துச் செல்லப்பட்ட ஒரு பழைய விளக்கைப் பார்த்தபடி அவன் நினைத்தான். விளக்கின் வளையம் தொங்கிக் கொண்டிருந்தது. எப்பொழுதோ விழுந்த இலைகள் அதில் கிடந்தன, இப்பொழுது இருட்டில் அவை மீண்டும் மறைந்து விட்டன. முற்றிலும் குளிராக இருந்தது. எந்த நாளிலும் பனியை எதிர்பார்த்தபடி அவர்கள் இருந்தார்கள்.

“இது தனிச்சிறப்புடைய ஒரு கார். இதுபோன்ற ஒன்றை நான் பார்த்ததே இல்லை’’ என்றாள் லின்டா.

“நீ அதை விரும்புகிறாயா?’’ சன்னல் பக்கத்திலிருந்து திரும்பியபடி அர்பன் கேட்டான்.

“ஆமாம், மிகவும். ஆனால் ஒரே ஒரு விஷயம் _ உள்புறம் ஏன் பிளாஸ்டிக்கால் பூசப்பட்டிருக்கிறது?'' சீராக இல்லாத அந்தப் பரப்பை லின்டா தொட்டுப் பார்த்தாள். “பார், இங்குமங்குமாக குமிழ் எழும்பி இருக்கிறது. இது கையால் செய்தது என்றே நினைக்கக் கூடும். மேலும் அதைத் தகுதியான நபர் செய்திருக்க முடியாது.''

“ஆமாம், இது ஒரு கடுமையான வேலை'' அர்பன் ஒத்துக்கொண்டான்.

“அதை நாம் இழுப்போமா'' பாட்டிலில் ஒட்டியிருக்கும் காகிதத்தைக் கிழிப்பது போன்ற சைகையுடன் லின்டா ஆலோசனை கூறினாள்.

“பொறு. இந்த மாதிரி வேறு கார்களை நீ பார்க்கவில்லை. ஒருவகையில் இது தான் சமீப நாகரிகத்தின் பாறப்பட்டது.''

“அதே நேரம் இது அலங்கோலமாகவும் இருக்கிறது.''

காரின் முன்புற விளக்குகள் வெளிச்சமான ஒளிக்கற்றையை முன்னால் வீசின. அர்பன் வெளிச்சத்தை மாற்றினான். ஒளிக்கற்றை குறுகலாக வீச ஆரம்பித்தது.

“போகலாமென்று நான் நினைக்கிறேன்'' சற்றுநேர இடைவெளிக்குப் பிறகு லின்டா கூறி, அர்பனை எதிர்நோக்கிப் பார்த்தாள்.

அர்பன் கதவைத் திறந்து முதலாவதாக வெளியே வந்தான்.

“நீ வெளியே வரும் வாசல் வரை நான் உடன்வருகிறேன்'' என்றான்.

“நன்றி'' லின்டா மகிழ்ச்சியோடு தெரிவித்தாள். “இறுதியில் மறைமுகமாகச் செய்ய வேண்டாம் என்று நீ முடிவு செய்துவிட்டாய்.''

“ஓ, அதுவா...'' அர்பன் முணுமுணுத்தான். அவனது புருவம் கருத்தது.

லின்டாவின் உயர்ந்த குதிகால் செருப்பு உரக்கச் சப்தமிட்டன. அர்பன் அவளுக்கு அருகில் நடந்தான். அமைதியாகச் செல்ல முயன்றான், விரைந்து செல்ல விரும்பவில்லை. காரின் பாதுகாப்பிலிருந்து வெளியேற எந்த உணர்வு அவனைத் தூண்டியது என்று அவனுக்குத் தெரியாது. லின்டாவோடு ஓரிரு நிமிடங்கள்

இருக்க வேண்டும் என்ற விருப்பமா? திரும்பவும் ஒரு சாதாரண மனிதனைப் போன்று இருக்க ஆசைப்பட்டானா, ஒருவன் தனது விருப்பங்களை மறைக்கவோ காட்டவோ வேண்டியதில்லை என்பது போல. “கதவுவரை, பிறகு திரும்பவும்” அர்பன் தனக்குத் தானே சொல்லிக் கொண்டான்.

இரண்டு பெரிய நிழல்கள் சாலையைக் குறுக்காகக் கடந்து வீட்டின் சுவர் மீது ஏறின. ஒன்று ஒல்லியான உருவம், மற்றது வீறுமிக்கது, அகன்ற தோளையுடையது.

“பார், நமது நிழல்கள் நம்மைப் பிரிக்க விரும்பவில்லை” லின்டா மெதுவாக நடந்தபடி, மெல்லக் கூறினாள். அவள் கண்கள் ஒளிசிந்தின. “நாம் இங்கிருந்து போய்விடுவோம், பிறகு அவை இங்கேயே சேர்ந்து ஒன்றாக இருக்கட்டும்.”

அவளது கதவுப் படியருகில் அவர்கள் வந்தவுடன் அர்பன் “குட்நைட்” என்றான்.

“நான் உன்னை எப்பொழுது திரும்பப் பார்ப்பது?”

“விரைவாகவே இருக்கும் என்று நான் நம்புகிறேன்.”

“நான் காத்துக் கொண்டிருப்பேன்.”

“நான் உன்னைத் தொலைபேசியில் அழைப்பேன்.”

லின்டா கையை அலைத்து விட்டு பாதை வழியாக நுழைந்தாள்.

திரும்பவும் மூன்று எட்டு அர்பன் வைப்பதற்குள்ளாகவே ஒரு நிழல் சுவரிலிருந்து பிரிந்துவிட்டது. ஏதுமில்லாதது போல அது தோன்றியது. மேலும் அது கவனமாகவும் ஓசையின்றியும் நகர்ந்தது. ஆல்வாவால் மட்டுமே, கீழே விழுந்த இலைகள் ஓசை எழும்பாதவாறு, இப்படி நகர முடியும். ஆல்வா, இவனது இரண்டாவது பகுதி, இவனது துயரங்களின், அக்கறைகளின், கவனிப்புகளின் சங்கமம், எதிர் துகள்களின் ஓர் அரிய மேகம், அர்பனின் பகுதியாகிய அது அவனை அழிக்கும் எதிரி கூட.

அந்த உருவம் மெதுவாக, ஆனால் வசப்படாதபடி முன்னேறி வந்தது. தலைவிதி போல வந்தது. இருப்பினும் அர்பன் விதியில் நம்பிக்கை உடையவனல்ல. இப்பொழுது அவன் கடைசியாக ஆல்வாவைச் சந்தித்ததுமே, முன்பின் கேட்டறியாத இந்தச் சோதனைக்கு இவனைச் சம்மதிக்க வைத்த பொழுது நியூமோர் இவனிடம் வாக்குறுதி தந்த, வீணாக எதற்காக இவ்வளவு காலமும் துரத்திச் செல்லப்பட்டானோ, அந்த அமைதியை அவனிடத்திலேயே

கண்டுகொண்டான். அவனது மூளை தெளிவாகவும் திறமையாகவும் வேலை செய்தது. ஆல்வாவினுடய உச்ச அளவு வேகம் மணிக்கு மூன்று மைல்களாகும். இது நல்லது. ஆனால் அந்த வேக அளவை எந்தவகையிலும் அர்பனால் தாண்ட முடியாது. அது மோசமானது இருப்பினும் இதில் மிகவும் மோசமானது மிக முக்கிய இடத்தில், அதாவது அர்பனுக்கும் காருக்கும் இடையில் ஆல்வா தானாகவே நின்றதாகும்.

ஆல்வாவிற்கு ஏய்ப்பு நடவடிக்கைகளை மேற்கொள்ள முடியும் என்பது வரவேற்கக்கூடிய செய்தியல்ல.

"அவன் ஏதோ தொலைதூரக் கட்டுப்பாட்டில் இருப்பது போல" என்பது அர்பனின் மனத்தில் பளிச்சிட்டது.

கார் பிளாஸ்டிக்கால் பாதுகாக்கப்பட்டிருப்பதே இவனுக்குக் கடைக்காப்பு. ஆனால் எப்படி அவனால் அதைச் சென்றடைய முடியும்?

அவர்களது வேக அளவுகள் ஒருமித்து இருந்தாலும் ஆல்வாவால் அவனைப் பிடித்து விட முடியும். சோதனைக்கு முன்பாக அர்பனிடம் நியூமோர் பாதுகாப்புக்கு உத்திரவாதம் தந்தான். ஆனால் அவனை ஏமாற்றிவிட்டான். ஆமாம், அவனை அவன் வஞ்சனையாக ஏமாற்றிவிட்டான்.

சாவதற்கு முன்பாக, மூழ்கிக் கொண்டிருக்கும் மனிதன் தனது வாழ்க்கை முழுவதையும் சில நொடிகளில் நினைவு கூர்வான் என கூறுவார்கள். அர்பனின் உள்மனத்தில், இருப்பினும், அவனது வாழ்க்கை பற்றி எந்தவிதமான படக்காட்சிகளும் பிரதிபலிக்கவில்லை. அவனது நினைவு ஒரு தேடும் விளக்கைப் போல, அவனும் ஆல்வாவும் 'முடுக்கி விடப்படுவதற்குச்' சற்று முன்னர் நியூமோரிடம் பேசிய உரையாடல் பளிச்சிட்டது.

நியூமோர் கூறினான் : "எல்லாவிதமான சோதனைகளிலும் நோக்கங்களிலும் ஆல்வாவால் உனக்கு எந்த ஆபத்தும் இல்லை. அவனது அதிக அளவு வேகமே..."

"ஆனால் எனது வேகம் அதேதானே!"

"சரியாக!" தனது அரிய பல் வரிசையைக் காட்டியபடி நியூமோர் சிரித்தான். "நீயாவது ஓர் என்ஜினியர். நீயாகவே முடிவு செய் : ஒருவன் மற்றவனைத் துரத்துகிறான். இருவருக்கும் ஒரே வேகம். துரத்திச் செல்பவன் தனது எதிரியை எப்பொழுதாவது பிடிக்க முடியுமா?"

நியூமோரின் விவாதம் நிறைவைத் தருவதாகவே இருந்தது. ஆனாலும் அப்பொழுதுதான் அர்பன் அதில் ஏதோ கோளாறு என்று எண்ணினான்.

“நீ கூறுவது திறந்தவெளியில் நடந்தால் சரியாக இருக்கும். ஆனால் ஒரு நகரத்தில்?''

“அதில் ஒன்றும் வித்தியாசம் இருக்காது'' நியூமோர் சொன்னான். “நீ அவனிடமிருந்து தெரு நெடுகிலும் ஓடுவாய், அவ்வளவுதான். மேலும் ஓட வேண்டிய அவசியமில்லை, வெறுமனே நடந்து போனால் போதும், ஆல்வா உன்னைத் தொடர்ந்து வருவான். உங்களுக்கிடையே உள்ள தொலைவு வித்தியாசம் மாறாதிருக்கும்.''

“மேலும் எந்தத் திசையில் நான் செல்ல வேண்டும் என்பதைக் கேட்டுக் கொள்ளலாமா?''

“நீ எப்படி விரும்புகிறாயோ, அப்படி. உனக்கு லட்சக்கணக்கான வாய்ப்புகள் உள்ளன. நகரும் பாதையில் நீ செல்லலாம். நீ சுரங்க நிலையத்திற்குச் சென்று, ஒரு ரயிலைப் பிடித்துப் போகலாம். இறுதியாக, நீ பிளாஸ்டிக்கால் பாதுகாக்கப்பட்ட உனது வீட்டை அடையலாம்'' நியூமோர் பிளாஸ்டிக்கின் பணியை எடுத்துச் சொன்னான். “அதிலிருந்து ஒரு பாதுகாப்புக் கவசத்தை உனக்காக தயாரித்துக் கொள்ள முடியாது என்பது பரிதாபத்திற்கு உரியது. பிறகு விவாதிப்பதற்கு எதுவுமே இல்லை.''

ஆல்வாவிடமிருந்து பிரிந்து நடக்க ஆரம்பித்ததுமே அர்பனின் மனத்தில் இந்த உரையாடல் பளிச்சிட்டது. பின்னால் வருபவன் இன்னமும் மெதுவாக நகர்ந்து கொண்டிருந்தான். அதேவேளை, நேரத்தையும், தொலைவையும் பெறுவதற்காக அர்பன் படுவேகத்தில் முன்னேறிக் கொண்டிருந்தான். ஆனால் இன்னமும் அதிக வேகத்தில் நடக்க அவன் முயன்றபோது, எலாஸ்டிக் அலைபோல ஒன்று அவனது நெஞ்சைத் தாக்கி அவனை நிற்கவைத்தது. அவனைத் தடை செய்கின்ற மண்டலம் மிக்க ஆற்றல் வாய்ந்ததாக இருந்தது.

கணித விஞ்ஞானத்தில், என்ஜினியர் அர்பன் தெரிந்த நிலையில் உள்ளவனாக இல்லை. அவன் அதை “வறட்டுக் கொள்கைவாதிகளுக்கு'' விட்டுவிட்டான். அவன் தன்னை ஒரு பரிசோதனையாளன் என்பதில் பெருமைப்பட்டான்.

ஆல்வா விஷயத்தில் அது அழிவுக்குரியதாக நிரூபிக்கப்பட்டு விட்டது. துரத்தும் கொள்கையில் அர்பன் அதிக நாட்டமுடையவனாக இல்லை. இக்கொள்கையோ பெயரில்லாத ஒரு கணக்கியல் மேதையால் ஒரு நூறு ஆண்டுகளுக்கு முன்னமேயே வளர்ச்சி கண்டு, இப்பொழுது விண்வெளிப் பயணங்களில் பயன்படுத்தப் படுகிறது. இந்தக் கொள்கை கூறுவதாவது, "இரு முனைகள் ஒரே வேகத்தில் செல்லுமானால் முதலாவதை இரண்டாவது பின்பற்றிச் சென்று உறுதியாக எட்டிப் பிடித்துவிடும்" என்பதாகும். தேவைப்படும் ஒரே நிபந்தனையாவது ஒரு வரையறுத்த பரப்புக்குள் அவை இயங்க வேண்டும். இது ஒருவகையில் தன் விளக்க நிபந்தனைதான். மற்ற வகையில் தொடரப்படும் பொருள், தொடரும் பொருளிலிருந்து, ஒரே நேர்கோட்டில் செல்லுமானால் பிடிபடாமல் முடிவின்மையில் செல்லக் கூடும். ஒரு வரையறுத்த சுற்று வட்டகைக்குள் இந்தத் தொடருதல் தொடருமானால் அதன் நிலையே வேறு. எல்லை வரையறையை விட்டு வெளியேற பலியாள் அனுமதிக்கப்பட மாட்டான். இப்போதோ, பிறகோ ஒரு வளையத்தை ஏற்படுத்திக் கொள்ள வேண்டும். அத்தகைய ஒவ்வொரு வளைவிலும், துரத்துபவன் அதற்கேற்ப தனது பாதையையும் மாற்றிக் கொண்டு, வேட்டைப் பொருளுக்கு மிகமிக அருகில் வந்துவிடுவான். மூலைகளை வெட்டிக் கொள்வதன் மூலம் இது நடைபெறும். துரத்தப்படுபவன் தனது பாதையை இடது, வலதாக மாற்றத் தொடங்குவானானால் இது தவிர்க்க முடியாததாகும். வேறு வார்த்தைகளில் கூறுவதானால், தேற்ற வாய்ப்பாடு விவாதத்திற்கப்பாற்பட்டது. அர்பனுக்கு மிக மோசமான துயரநிலை...

அந்த மறக்க முடியாத மாலை வேலை, எலெக்ட்ரானிக் இசை நிகழ்ச்சிக்குப் பிறகு துரத்தும் கொள்கை பற்றி அறிந்துகொள்ளவும், நியூமோர் தன்னை ஏமாற்றி விட்டதாகவும் அவன் உணர்ந்தான். நியூமோரின் குடிவெறி உணர்ச்சி வெளிப்பாடு பற்றிய லின்டாவின் கதை காய்ச்சிய இரும்பாய் துன்பத்தைத் தந்தது. அவன் ஒரு கினியா பன்றியாக இருந்திருந்தால்தான், எல்லாமே முடிந்திருக்கும். மேலும், நியூமோர் திரும்பவும் உறுதிமொழி தந்ததற்கு மாறாக, தேடுதல் பற்றிய வினாவிற்குப் பெரும்பாலும் கவலையே அடைந்தான். மாநகரதகவல் மையத்தில் அவன் ஒரு விசாரணை மேற்கொண்டான். சில நிமிடங்களுக்குப் பிறகு, சம்பந்தப்பட்ட வாய்ப்பாடுகள் அர்பனது திரையில் பளிச்சிட்டன.

“விரைந்து, விரைந்து” மையத்தை அவன் துரிதப்படுத்தினான். அவனது மனம் மிக விரைந்து செயல்பட்டது. தேற்ற வாய்ப்பாட்டின் முக்கிய நோக்கம் அவனுக்கு மிக நன்றாகவே, கணக்கீடுகள் பாதி முடிவதற்குள்ளாகவே, விளங்கின. முன்னர் ஒரு மாதம் கஷ்டப்பட்டு கற்க வேண்டியதை அவனால் இப்பொழுது ஒரு நிமிடத்தில் கற்க முடிந்தது.

தனது புதிய அறிவுத் திறமைக்காக என்ன விலை கொடுக்க வேண்டியதிருக்கும் என்பதையும் அவன் விரைவாகவே புரிந்துகொண்டான்.

“அவன் என்னை எட்டிப் பிடித்து விடுவான்... அவன் பிடித்து!” வேறெதுவும் அவனுக்கு ஆர்வமூட்டவில்லை. ஏமாற்றத்தில் அர்பன் தனது கையால் கட்டுப்பாட்டு மையத்தை ஓங்கிக் குத்தினான். கணக்குத் தகவலைத் தந்துகொண்டிருந்த எந்திரக் குரல் பாதி வார்த்தையிலே நின்றுவிட்டது. அடையாளங்கள் திரையில் உருகி ஓடின. வீடியோபோன் பார்க்க முடியாத கண்ணாக மாறியது.

“அவனது வாக்குறுதிக்குப் போதுமானது...” என்று அந்த மாலையில் கவலையுடன் அர்பன் நினைத்தான்.

அவனால் இன்னமும் நியூமோரின் ஆர்வமூட்டும் குரலைக் கேட்க முடிந்தது:

“உனக்குத் தேவையானதெல்லாம் கவனமாக இருப்பதுதான். இது ஆல்வாவின் முகத்துக்கு நேராக ஓடிச் செல்லக் கூடாது என்பதாகும். அப்படியே நீ போனால் அதுவே உனக்கு அழிவாகி விடும். இல்லையெனில் மொத்தத்தில் ஒரு பயனும் இல்லை” அவன் மேலும் தொடர்ந்தான் : “நீயாகவே எண்ணிப்பார்ப்பது அதிர்ஷ்டவசமானது _ நீ உனது எல்லாவித துயரங்களினின்றும் விடுபடுவதற்கு எதுவும் தர வேண்டியதில்லை. எவ்வளவு கேட்பது தேவையாக எனக்குப் படுகிறதோ அந்தத் தொகையை பின்னர் இந்த இன்பத்திற்காக மக்கள் என்னிடம் தந்து கொண்டிருப்பார்கள்.”

“ஆக, இதை மிகப் பெருமளவில் தயாரிக்க நீ திட்டமிட்டிருக்கிறாய்? மனித இனத்தின் ரட்சகராகப் போகிறாய்?”

“பிறகு... ஏன் கூடாது?”

“இது எவ்வளவு விரைவாக நடக்கும்?”

“வெகு விரைவில் என்று நான் நம்புகிறேன். செய்ய வேண்டியிருப்பதெல்லாம் செலவைக் குறைப்பதுதான். ஆல்வாவை ஒரு நிலைப்படுத்த வேண்டும். இந்த முதல் திரிபு எனக்கு மிகப் பெரும் செலவாகிறது. ஒரே வார்த்தையில், நீ தனிமைப்பட்டுப் போகப் போவதில்லை.’’

“ஏற்கெனவே நீ தொடங்கிவிட்டாய் என்று நான் நினைக்கிறேன்’’ எனக் கேட்டான் அர்பன். இதற்குள்ளாக அவன் தனது நண்பனுடைய குணநலத்தை ஓரளவு புரிந்து கொண்டிருந்தான்.

“துரதிர்ஷ்டவசமாக இன்னமும் இல்லை’’ தனது தலையை துயரத்துடன் அசைத்தபடி நியூமோர் கூறினான்.

“பணம் இல்லையா?’’

“ஓ.. பணம் தான் என்னை வருத்தும் கடைசிப் பொருள்.’’

“ஆனால் உனது பூர்வீகச் சொத்து முழுவதையும் செலவு செய்துவிட்டாயா?’’

“அற்ப விஷயம். போதுமான பணப்பைகளுடன், தேய்ந்து இற்றுப் போன நரம்புகளுடன் உள்ளவர்கள் எனக்குக் கடன்கொடுப்பதில் மிக்க மகிழ்ச்சியடைவார்கள். கனிப்பொருள் நீரூற்றைப் போல, நீர்ப் பண்டுவம் மற்றும் இத்தகைய அரைகுறை வைத்தியம் செய்யாமல், நான் முற்றிலுமாக குணப்படுத்திக் கொண்டிருக்கிறேன். இதுவரை நரம்புக் கோளாறுகளிலிருந்து விடுபடுவது எப்படி என்று மக்கள் அறிந்து கொள்ளவில்லை...’’

“அவர்கள் அறியவில்லையா?’’ அர்பன் சந்தேகத்தோடு கேட்டான்.

“அவர்கள் அறியவில்லை, மேலும் அறிந்து கொள்ளவும் முடியாது. நான் கூறுவதைக் கேள். அதிகபட்சமாக அவர்கள் வியாதியை அங்கத்திற்குள்ளாக எங்காவது ஆழப்பதிந்து போகும். இது விஷயங்களை இன்னும் மோசமாக்குகிறது. நான் முற்றாக வியாதியைக் குணப்படுத்துவேன். நான் அவனிடமிருந்து அதை எடுத்து விட்டேன். அதன் இயல்பு பற்றி எனக்கு எந்த எண்ணமும் இல்லை. வெளிப்படையாகச் சொல்வதானால், இது சிறிதுகூட எனக்குச் சம்பந்தப்பட்டதில்லை. ஒரு கரும்பலகையில் கண்ணாம்பு எழுத்தை அவர்கள் அழிப்பதைப்போல நான் வெறுமனே வியாதியை மறைத்துவிடுகிறேன்.’’

“கரும்பலகையில் எழுதப்பட்ட மூல எழுத்தைத் திரும்பப் பெற வேண்டும் என யாராவது விரும்பினால் என்ன ஆவது?”

“ஏன் யாரும் விரும்புகிறான் என்று என்னால் கற்பனை செய்ய முடியவில்லை.”

“எந்தவகையிலாவது அவன் விரும்பினால் என்ன ஆவது?” அர்பன் திரும்பக் கேட்டான்.

“இந்தப் பிரச்சினை பற்றி நான் இன்னமும் சிந்திக்கவில்லை.”

“ஆனால் அது ஒன்றும் கஷ்டமானதல்ல, நீ என்ன நினைக்கிறாய்?”

“அப்படித்தான் நம்புகிறேன்.”

நியூமோரின் தற்புகழ்ச்சிப் போக்கினை அறிந்த அர்பன், கணக்கற்ற கடன் என்ற அவனது வார்த்தைகளை அவ்வளவு நம்பிக்கையோடு எடுத்துக் கொள்ளவில்லை. இந்த விவகாரத்தில் புகழ்பெற்ற பயோ பௌதிகவியலாளர் புகழ்ச்சியாக எதையும் கூறவில்லை என்பதை அவன் அறிந்து கொள்ள வாய்ப்பில்லாமல் இருந்தது. அர்பன் உரக்கப் பேசினான்:

“பணத்தைச் சுலபமாகப் பெற முடியுமென்றால், பிறகு ஏன் நீ ஆல்வா இரண்டு, மூன்று என்று கணக்கில்லாமல் வேலையைத் தொடங்கக் கூடாது?”

“எனக்குத் தகவல் தேவைப்படுகிறது.”

“எந்த மாதிரியான தகவல்?”

“அர்பன் என்ற பெயர் கொண்ட என்ஜினியருடன் ஆல்வா ஒன்றுக்குமிடையே நடந்த ஒத்திசைந்த செயல் பற்றிய தகவல். அது இல்லாமல் மேற்கொண்டு என்னால் தொடர முடியாது.”

“ஏன் முன்கூட்டியே இதை நீ சொல்லவில்லை?”

“ஏன் நான் கூற வேண்டும்?” ஒரு குலுக்கலுடன் நியூமோர் கூறினான். “அது உனக்குச் சம்பந்தமுடையதல்ல.”

“நான் அதை விரும்புகிறேன்! எனது இரத்த அழுத்தம், வெப்பநிலை போன்றவைகளைப் பற்றிக் கூறுவதை நான் வெறுக்கிறேன். நான் அப்படிச் செய்ய வேண்டும் என்று வற்புறுத்துவாயா?”

“உண்மையாக இல்லை. நான் இங்கு பயோரிசப்டர் வைத்திருக்கிறேன்” ஒரு பெரிய அமைப்பைத் தொட்டுக்

காட்டியபடி நியூமோர் விளக்கினான். "உன்னைப் பற்றி நான் அறிய விரும்பும் எல்லாவற்றையும் இது எனக்குச் சொல்லிவிடும். உண்மையில், உன்னைப் பற்றி நீயே என்னிடம் சொல்லாததை விட அதிகமாக..."

காணமுடியாத நூலால் அவனோடு ஆல்வா கட்டப்பட்டிருப்பது போல காணப்பட்டது. அர்பன் பக்கவாட்டிற்கு வந்ததுமே, ஆல்வா தனது கண் மாறாட்ட நடவடிக்கையை திரும்பச் செய்தான். எல்லா நேரமும் பின்னால் திரும்பிப் பார்ப்பதிலேயே அர்பன் விரைவாகச் சென்று கொண்டிருந்தான். துன்பம் தரத்தக்க வகையில் பிரபலமான வட்டமான தோள்களைக் கொண்ட உருவம் அவனது அடிகளைப் பின்பற்றியது. கண்ணாடியில் அந்த முகத்தை கணக்கற்ற முறை பார்த்திருக்கிறான்... "நான் என்னிடமிருந்து ஓடிக் கொண்டிருக்கிறேன். ஆனால் இது சாத்தியமா? ஒருவன் தன்னிடமிருந்தே ஓடுவது முடியுமா?" ஒரு திடீர் சிந்தனை அவனிடத்திலே தோன்றியது.

அவனுக்குப் பின்னால் வெகு தொலைவில் கார் நின்று கொண்டிருந்தது. அதன் கருத்த நாற்கோண வடிவம் எண்ணெய்ப் பசைபோல அலையும் விளக்கொளியில் மினுமினுத்தது. அதேவேளை குறுகிய முகப்பு ஒளி சகதிபடிந்த பாதையில் மந்தமாகப் படிந்து கொண்டிருந்தது. சுற்றிலும் யாருமில்லை...

அவனது ஒவ்வொரு அடியும் அவனை பிளாஸ்டிக் ஒட்டப்பட்ட காரின் பாதுகாப்பிலிருந்து பின்னுக்குத் தள்ளியது. ஆனால் திரும்புவது என்பது ஆல்வாவோடு மோதுவது என்பதாகும். நகரும் பாதைகள் நின்று போய் இருந்தன. அது மிகவும் காலந்தாழ்ந்து விட்டது. அவனது ஒரே நம்பிக்கை சுரங்கப் பாதைதான்.

லிண்டா வசித்த அந்தத் தெரு எவ்வளவு நீளமானது என்பதை அர்பன் ஒருபோதும் முன்னர் நினைத்ததில்லை. அல்லது அது அவ்வாறு தோன்றுவதற்குக் காரணம் அண்மையில் அவன் இந்த அளவுக்கு நடக்காததுமாகும்.

அர்பன் நடுங்கினான். ஓடிவிட முயன்றான். ஆனால் திடீரென்று ஒரு துள்ளும் அலை அவனது முகத்தில் அடித்தது. ஒரு நிமிடம் அவனை நிறுத்துமளவிற்கு அதன் வேகம் இருந்தது. இந்நிறுத்தம் மூன்று அல்லது நான்கு அரிய மீட்டர்களைக் கேட்டு விட்டது. ஆல்வா இப்பொழுது மிகவும் நெருங்கிவிட்டான். ஒரு தெரு விளக்கின் வெளிச்ச வட்டத்திற்குள் அவன் நுழைந்தபோது அவனது

ஒவ்வொரு விவரமும் தெளிவாகக் காண முடிந்தது. "அவன் சாவைப் போல வெளிறிப்போயிருக்கிறான்" என்று அர்பன் நினைத்தான். "லின்டா கலக்கமுற்றதில் வியப்பில்லை. இங்குதான் நியூமோர் தவறுதலாக எதையாவது கணக்கிட்டு இருக்க வேண்டும்..."

குறைந்தது அந்தத் தெருவாவது அம்பைப் போல நேராகச் சென்றது நல்லதாய்ப் போயிற்று. எந்தத் திருப்பமும் ஆல்வாவின் கைக்குச் சேர்த்து விடும்: அவனால் மூலைகளை சுலபமாக வெட்டி வர முடியும். ஒரு கற்சுவர், அளவிட முடியாத இந்த மேகத்திற்கு ஒரு தடையே அல்ல. அது இவனைப் போல, மனிதத் தோற்றத்தில் காணப்பட்டது.

அவர்கள் மேன்மேலும் நடக்கவியலும். ஆனால் அர்பன் தனது சக்தியை இழந்ததுபோல உணர்ந்தான். நகரத்தின் பாறைக்காட்டில் அவன் கண்ணிவைக்கப்பட்டுள்ளான். அந்தக் கண்ணியின் சாவி நியூமோரால் ஒளித்து வைக்கப்பட்டுள்ளது.

அவனது இதயம் மெதுவாகவும், வலியுடனும் அடித்துக் கொண்டிருந்தது. ஒவ்வொரு துடிப்பும் அவனது விலாவெலும்புக் கூட்டைத் தாக்கியது. அது அறிந்த உணர்வுதான். ஆனால் அதை மறந்துவிட அவனுக்கு நேரமிருந்தது. இதைப் புரிந்து கொள்வதற்கு அவனுக்குச் சிறிது நேரம் பிடித்தது. அவன் பயந்துவிட்டான்! அவன் துடிதுடித்துப் போனான். கடந்த இரண்டு மாதங்களில் நடக்காதது நடந்துவிட்டது. இங்கும்கூட நியூமோர் அவனை ஏமாற்றிவிட்டான்!..

அமைதிப்படுத்திக் கொள்ள தன்னால் முயன்றதை அர்பன் செய்தான். அவனது போராட்டம் அவனைத் துரத்துபவனுக்குத்தான் உதவி செய்தது. உண்மையில், ஆல்வா கிளர்ச்சியுற்றான். வெற்றிடத் திண்டுகளைக் கொண்ட காலணி அணிந்த அவன் விரைந்து நடந்தான். அவனது எதிர்பாரா நோக்கு அர்பன் மீது விழுந்தது. தனது இரண்டாவது உருவத்தைப் பிடித்து விடுவது போல அவன் கையை நீட்டியபடி இருந்தான்.

சதாகாலமும் இந்தத் துரத்தல் நடைபெற்றுக்கொண்டிருக்கும் என்று அர்பன் நினைத்தான். முடிவில்லாமல் அவன் ஓடிக் கொண்டிருந்தான். நடமாட்டமே இல்லாத இந்தத் தெருவில் தப்பித்துப் போவதற்கு வழியும், தங்க இடமுமில்லாமல் இருந்தது.

விளக்கொளியில் சுரங்கப் பாதை நிலையம் எனக் காட்டும் வெள்ளைக் குவிமாடம் முன்னதாகத் தெரிந்தது. அதற்கு மேலாக மாறுபட்ட நட்சத்திரங்கள் மின்னிக் கொண்டிருந்தன. கடைசியில்! ஒரு நிமிடத்தில் அவன் நிலையத்திற்குள் நுழைந்து விடுவான். குறுக்கைக் கடவில் ஒரு நாணயத்தைப் போட்டான். நகரும் படிக்கட்டில் கால் வைத்தான். அது அவனை கீழே ரயிலுக்குக் கொண்டு போய்ச் சேர்க்கும்.

வெகு சுலபமாக ஆல்வா ஏமாறப் போகிறான் என நினைத்து அர்பன் கவலைப்பட்டான். ஒரு குருடனை தெருவின் குறுக்காக அழைத்துச் சென்று அவனை நட்ட நடுவில் விட்டுவிட்டு வருதல் போல இதனை உணர்ந்தான். அது புதுமையாக இல்லை? தன்னில் ஒரு பகுதியாகிய தனது இளைய சகோதரன் ஆல்வாவிற்காக அவன் கவலைப்பட்டான். ஆல்வா உண்மையாக அவனது பாதிதானா? மிகப் பெரும் ஆபத்திலிருந்து தப்பித்து வந்த வெற்றி உணர்வு அர்பனிடம் ஏற்பட்டது.

நிலையத்திற்கு அருகில் ஒருவன் கூட காணப்படவில்லை என்பது அவனுக்கு விநோதமாகக் காணப்பட்டது. கதவு வழியாக தப்பிச் செல்லும் வெதுவெதுப்பான காற்றைப் பெறுவதற்காக வழக்கமாக ஒரு சிலர் பாதையில் நிற்பது உறுதி.

நான்கு கருங்கல் படிக்கட்டுகள்... அர்பன் கதவைத் தள்ளினான். அது அடைபட்டிருந்தது. தனது தோளால் அதை முட்டினான், அதில் எந்தப் பயனும் இல்லை என்பதை அறிந்தும், பிறகு தனது கையால் தட்டினான். ஏற்பட்ட வலி அவனுக்கு உணர்வை ஏற்படுத்தியது. நிலையம் பழுதுற்ற நிலையில் இருக்கிறதா? எந்த வகையிலும் அது முக்கியமானதல்ல. மிகவும் தாமதமாக ஒரு நாள் உயரே தொங்குவதை அவன் கவனித்தான். "நிலையக் காற்றின் கதிரியக்கம் சோதித்துப் பார்க்கப்பட்டு வருகிறது. அண்மையிலுள்ள சுரங்கப் பாதையின் நிலையம்..." அர்பன் திரும்பினான். அண்மைய சுரங்க நிலையம் அவனுக்கு ஆர்வத்தை மூட்டவில்லை. அதை அடைய வேண்டுமானால் அவன் திரும்பியாக வேண்டும். இது உயிர் வாழ்வதற்கான வாய்ப்பைப் பெரும்பாலும் இல்லாததாக்கிவிடும். நேராகப் போவதன் மூலமாகத்தான் தனக்கும் ஆல்வாவிற்கும் இடையிலுள்ள தூரத்தை அவனால் காப்பாற்ற முடியும்.

மணிக்கு மூன்று மைல்கள் என்ற உயர் வேகத்தில் ஆல்வா நெருங்கிக் கொண்டிருந்தான். தனது கன்னத்தில் ஏதோ வர்ணம்

ஏற்பட்டதைக் கூட அர்பன் கவனித்தான். இல்லை, இரவு நேர வெளிச்சத்தின் வேலையாகத்தான் இது இருக்க வேண்டும்.

ஒரு நொடிச் சிதறலில் முக்கியமற்ற நூற்றுக்கணக்கான விவரங்களை பார்க்க முடியும். இது அணையப் போகும் தீக்குச்சி ஒளிவிட்டுப் பிரகாசிப்பது போன்றதுதானா?

ஒரு தூணின் மீது அர்பன் சோர்வாகச் சாய்ந்தான். எத்தகைய அற்பத்தனமான முடிவு. ஆனால் எல்லா முயற்சியுமே அற்பத்தனமானது தானா? ஆக, இப்பொழுது அதற்கு அவன் விலை கொடுத்தாக வேண்டும். நியூமோர் என்ன கூறினான் : "ஒவ்வொன்றுக்கும் தனது வாழ்க்கையில் விலை கொடுத்தாக வேண்டும். பணத்தால் இல்லையென்றால், பிறகு உனது சொந்த ரத்தத்தால். இது என்னால் கண்டுபிடிக்கப்பட்ட மிகப் பெரிய சட்டம்.''

ஆல்வா முதல் எட்டை எடுத்து வைத்தான். எந்தப் பார்வையாளனாக இருந்தாலும் இப்படித்தான் கூறுவான் _ எட்டு வைத்தான். ஒரு தடையைச் சந்திக்கின்ற பொழுது ஆல்வா வெறுமனே, கொதிகலத்திலிருந்து எழும் ஆவியைப் போல, தனது போலிக் கால்களால் மேலே எழும்புவான் என்பது பற்றி அர்பன் நன்றாக அறிந்தான். வெற்றிடத் திட்டுகள் அவனது கால்களைத் தரையில் பதியவைத்து, அவன் மிக உயரமாக எழும்பி விடாதபடி பார்த்துக் கொண்டன.

எவ்வளவு தெளிவாக அவனது மூளை வேலை செய்துகொண்டிருந்தது! வெஸ்டர்னுக்காகவும் எல்லா மனித இனத்திற்காகவும் எவ்வளவு செய்ய வேண்டியிருக்கிறது! ஆனால் இன்னும் மூன்று நொடிகளில் இந்த சுற்றித்திரிகின்ற பேர்வழி முடிவடையப் போகிறான். மேலும் எல்லாமே முற்றுப்பெறப் போகிறது.

மனசாட்சிப் பிடியிலிருந்து எவரும் தப்பிக்க முடியாது. ஆனால் அது மிக நீண்ட காலத்திற்கு முன்னால், குற்றவாளிகளுக்குக் கூட உரிமைக்காலம் உண்டு?! சார்லியின் முகம் சாவு பயத்தால் சீர்குலைந்திருந்ததை அர்பன் கண்டான்.

இரண்டாவது படிக்கட்டு.

வெளியேறுகின்ற சார்லி (இரண்டு மகிழ்ச்சியான மாதங்களாக இவன் அவனைப் பார்க்கவே இல்லை; இதற்காக மட்டுமே இவன் ஆல்வாவிற்கு நன்றியுடையவனாக இருக்கத்தான் வேண்டும்),

குழந்தைப்பருவத் தோற்றம் இவன் மனத்தில் பளிச்சிட்டது. இவனது தந்தையாரின் பண்ணை மேற்கே இருந்தது.... ஒரு பழைய காற்றாலை... அர்பனும் அவனது நண்பர்களும் ஓடிப்பிடித்து விளையாடியபடி சுற்றிலும் ஓடிக் கொண்டு இருக்கிறார்கள். அவன் சாவுடனா விளையாடுவான்? வாழ்க்கையில் ஓரிரு நிமிடங்களை வெல்வதற்காக?

மூன்றாவது படிக்கட்டு...

முட்டாள்தனம். அந்த சில நிமிடங்களைப் பெற அவன் கொடுத்துவைக்கவில்லை. புகைக் கூண்டிற்குள் குச்சி நுழைவதைப் போல அந்த கருங்கல் தூணை ஆல்வா கடந்து விடுவான். குவிமாடத்தை அவன் கடந்து அர்பனைச் சுலபமாக எட்டிப் பிடித்து விடுவான்.

கோழிப் பண்ணையில் அக்கறையற்று சுற்றிக் கொண்டிருக்கும் ஒரு கோழிக் குஞ்சு, மேலேயிருந்து கீழே படியும் நிழல், பருந்தின் இறகால் எழுதப்பட்ட மரணதண்டனை என்பதை அறியாது.

அர்பன் தனது தண்டனையை அறிவான். பாதுகாப்பற்ற இந்தக் கோழிக் குஞ்சுக்கும் அவனுக்கும் இடையே இருந்த ஒரே வித்தியாசம் அதுதான், பிளாஸ்டிக்கின் நீண்ட மூலக்கூறுகளுடைய பாலிமர் இழைகள் மட்டுமே ஆல்வாவிடமிருந்து அவனைக் காப்பாற்ற முடியும்.

அர்பன் பின்னால் சாய்ந்தான். குவிமாடத்தின் சுவரை அவனது கை தொட்டது. அது செவ்விணைவக ஓடுகளால் கட்டப்பட்டிருந்தது. குளிர்ந்து பனிக்கட்டி போல வழுக்கலாக இருந்தது. இந்த உலகத்தில் அவன் அறிந்த கடைசி உணர்வு அதுதான். மறு உலகு என்பது இருக்குமேயானால், அவன் விரைவாகவே சார்லியைச் சந்திப்பான். அவனிடத்தில் என்ன சொல்லப் போகிறான்?

காற்றை எதிர்த்து நடக்கும் ஒரு மனிதனைப் போல ஆல்வா குனிந்து இருந்தான். இந்த நொடியில் தான் அது அர்பனைத் தொட்டது _ அந்த ஓடுகள் பிளாஸ்டிக்கால் ஆனவை!

சுவர்ப்பக்கம் முதுகைக் காட்டியபடி ஒரு மனிதன் நின்றான். அவனது கைகள் நீட்டியபடி இருந்தன. அடுத்த ஒருவன் படிக்கட்டுகளில் ஏறி அவசரமில்லாமல் அவனது இரட்டையை நெருங்கிக் கொண்டிருந்தான். சுவரை அழுத்திக் கொண்டு நின்ற அம்மனிதன் திடீரென்று அதிலிருந்து தன்னை விடுவித்துக் கொண்டு குவிமாடத்தைச் சுற்றி நகரத் தொடங்கினான். ஒரு துரத்தலைக்

காட்டுகின்ற, மெதுவாகச் செல்லும் திரைப்படமாக வண்ணப்படம் இருந்தது. வேகம் அதிகரிக்கப்படுமேயானால், பார்வையாளன் ஒரு சிறந்த ஓட்டத்தைக் காண முடியும். ஆனால் படமும் இல்லை, பார்வையாளர்களும் இல்லை.

இந்த புதிய கண்மாறாட்ட நடவடிக்கையை எதிர்பார்த்தவன் போல ஆல்வா காணப்பட்டான். குவிமாடத்திற்குப் பின்னால் நின்றுவிட்ட தனது இரட்டையைப் பின்பற்றி விரைவாக அவன் சென்றான். பிளாஸ்டிக் இழைத்த சுவரைச் சுற்றி எழுந்த மேகம் குறுக்காகச் செல்வதைத் தடுத்ததோடு, அவனது பலிக்குரியதை எட்டிப் பிடிக்க முடியாதபடியும் செய்தது.

ஆக, விதி மேலும் சில நிமிடங்களை அவனுக்கு வழங்கியது அவ்வளவுதான். இதற்கு மேல் எதுவும் இருக்க முடியாதென்று அர்பன் உணர்ந்தான். வட்ட ஓட்டத்தில் இவனை எப்பொழுதுமே ஆல்வா முந்திவிடக் கூடியவன். அர்பன் களைப்படைந்து சாய்வதற்கு முன்னதாகவே, ஆல்வா அவனை எட்டிப்பிடிப்பான். அர்பன் இப்பொழுது அதை மிக நன்றாகவே அறிந்திருந்தான். இது நேர்கோட்டுத் துரத்தல் அல்ல, அதில் அர்பன் செய்ய வேண்டியது அவனிடமிருந்து விலகிச் செல்வதுதான். ஓர் வட்டத்தைச் சுற்றி நகரும் போது, ஆல்வாவிற்குக் கூடுதலான அனுகூலம் உண்டு. அவனால் திடீரென்று திரும்பி தனது எதிரியைச் சந்திக்க முடியும். மறுபுறத்தில் அர்பனால் அத்தகைய கண்மாறாட்ட நடவடிக்கையைச் செய்ய முடியாது. ஆகவே அவர்களுக்கிடையே இருந்த இடைவெளி மெதுவாக சுருங்கிக் கொண்டே வந்தது. ஒருவகையில், முழுக்க எந்திரமயமான இந்த வழிமுறையில் திறமையாகச் சிந்திக்கவும், எதிரி எம்மாதிரியாக இயங்குவான் என்பதையும் கற்பனை செய்து அதற்கேற்ப தனது ஒவ்வொரு அடியையும் திட்டமிட்டு எடுத்துவைக்கவும், துரத்தலுக்கேற்ப சரியான சைபர்நேட்டிக் பொறியுடன் தனது திட்டத்தைத் தயாரித்துக் கொள்ளவும் அர்பனால் முடிந்ததா?

திரும்பிப் பார்க்க அர்பன் அஞ்சினான். தனக்குப் பின்னால் ஆல்வா மூச்சு விடுவதை அவனால் கேட்க முடிந்தது என்று கற்பனை செய்தாலும் உண்மையில் ஆல்வா சுவாசிக்கவே இல்லை. அதாவது நரம்புகள் அவனிடத்தில் தந்திரங்கள் செய்ததைத் தவிர வேறொன்றுமில்லை. நியூமோரால் எஃகு நரம்புகளை அவன் உரிமையாகப் பெற்றது இந்த ஆபத்து வேளையில் வேலை செய்யாது என்பதை அவன் ஒருபோதும் கற்பனை செய்யவில்லை.

எல்லாவகையான விசித்திரங்களும் அவனுக்கு ஏற்பட்டுவிட்டன. இன்னும் அழகன் சார்லி கூட அடிமனத்திலிருந்து தவழ்ந்து வந்துவிட்டான். அவனது வாழ்க்கையின் கடந்த சில ஆண்டுகளாக ஒரு நிமிடங்கூட அமைதியில்லாமல் அவனை அழுத்திய மனத்தோற்றத்திலிருந்து விடுபட வீணாகப் போராட்ட வேண்டியதாயிற்று. தனது துயரங்களை மற்றவர்களோடு அவனால் பகிர்ந்து கொள்ள முடியவில்லை. லின்டாவிடம் கூட சொல்ல முடியவில்லை. சொவ்லது அவனுக்கு இலகுவாகக் கூட இருந்திருக்கலாம். பிறகு தான் நியூமோர், அவனது எல்லா நினைவுகளையும் கவலைகளையும் எதிர்ப்பில்லாத ஆல்வாவிற்கு மாற்றித் தரும் கவர்ச்சியுள்ள யோசனையை முன்வைத்தான். இவை எல்லாம் அர்பனை அரித்துக் கொண்டிருந்தன. ஒத்துக் கொள்வதைத் தவிர அவனால் என்ன செய்ய முடியும்? குவிமாடத்தைச் சுற்றிக் கொண்டு பல முறை அவர்கள் வந்தார்கள். ஒவ்வொரு முறையும் அவர்களுக்கிடையே இருந்த இடைவெளி குறைந்தது.

ஆல்வாவின் நீட்டிய கரத்திற்குப் பிடிபடாமல் அர்பன் தப்பியது ஏதோ ஒரு சிறு அற்புதந்தான். இந்தத் தொடுதலால் அர்பனின் மேற்சட்டை அனல் போலப் புழுங்கியது. அர்பன் அதைத் தூக்கி எறிந்தான்.

குவிமாடத்தைச் சுற்றி குதிபோட்டு நடந்து போகையில், நீண்ட தெருவின் தொலைவுத் தோற்றம் மங்கலாகவும், அதன் கடைசியில் அவனது காரின் முன்விளக்கின் வளைவையும் அவனால் கற்பனை செய்து பார்க்க முடிந்தது. அதன் பின்னர் ஒரு சிறிய ஒளிமயமான திட்டம் அவனுக்குத் தோன்றியது. தெருவில் நடந்து போய் காரை நோக்கி ஏன் திரும்பச் செல்லக் கூடாது? ஆல்வா நிச்சயமாக அவனது காலடிகளைப் பின்பற்றி வருவான். ஆனால் நேர்கோட்டில் செல்கின்றபோது அவனைப் பற்றிக் கொஞ்சமும் பயமில்லை. உண்மையில் தொலைவு ஒன்றும் அதிகமல்லை, ஆல்வா அவனை நெருங்கும் முன்னதாக அவன் காரைப் பிடித்தாக வேண்டும்.

ஓர் ஓட்டம் _ அவனது உயிரைக் காப்பாற்றிய குவிமாடத்தை விட்டு அர்பன் திரும்பவும் சாலை நெடுகிலும் ஓடினான். ஆல்வா அவனை ஒன்று அல்லது இரண்டு மீட்டர் என்ற வித்தியாசத்தில் பின்தொடர்ந்தான். அவனைத் தொட்டு விடுவோமோ என்ற அச்சத்தில் அர்பன் தனது கைகளைக் கூட வீசவும் பயந்தான்.

ஒவ்வொரு எட்டும் தப்பித்தலை நோக்கி வந்து கொண்டிருந்தது. லின்டாவின் வீட்டிற்கு முன்னர், காரை எங்கு விட்டுச் சென்றானோ அங்கேயே அது நின்று கொண்டிருந்தது. அப்பெண் என்ன செய்து கொண்டிருப்பாள்? பெரும்பாலும் இப்பொழுது தூங்குவாள், அல்லது தி கால் ஆஃப் தி ஆபீஸ் என்ற இதழைப் படித்துக் கொண்டிருப்பாளா? அல்லது தி ரோடு டு டிலைட் என்ற மோசமான இதழைப் படித்துக் கொண்டிருப்பாளா?

காரின் கதவைத் திறந்து ஆல்வாவிற்கு முன்னமேயே உள்ளே நுழைந்து இறுகப்பூட்டிக் கொள்வதற்கு அவனுக்கு நேரம் தேவைப்பட்டது. இன்னும் பதினைந்து எட்டுக்களே இருந்தன... பத்து... இரண்டு... அர்பன் கலவரத்தோடு கதவை வெடுக்கென்று இழுத்து காபின் அறையில் விழுந்தான். அதற்குப் பின்னால் துணி கிழிப்பதைப் போன்ற ஒலி கேட்டது. ஒரு வெள்ளையாகப் பளிச்சிட்டது. இவன் தனது தலையின் பின்புறம் கூர்மையான வலியை உணர்ந்தான். அது அலையாய் அவன் உடல் முழுக்கப் பரவியது. ஆனால் ஸ்பிரிங் கதவு தக்க சமயத்தில் மூடிக்கொண்டது.

சற்று நேரத்திற்குப் பிறகு அர்பன் சுய உணர்வு பெற்று புலம்பினான். அவனுக்குத் தலைவலி கடுமையாக இருந்தது. அவன் உடல் முழுக்க மரமரத்துப் போய் பருத்திக் கம்பளி நிறைந்த கோணிப்பை போல உணர்ந்தான். துரத்தலையும், அவன் அதிசயமாகத் தப்பியதையும் நினைவு கூர்ந்தான். மிகுந்த சிரமத்துடன் தனது கைகளை ஊன்றி தானாகவே எழுந்தான். சுற்றிலும் பார்த்து மீண்டும் திகைப்புறுப் போனான். காரின் முன்கண்ணாடியில் ஒரு வெள்ளை நிழலுருவம் ஒட்டிக் கொண்டிருந்தது _ அது ஆல்வாதான். அர்பனுக்கு மிக நெருக்கமான இடமாகப் பார்த்து நின்றான். அவனது குளிர்ந்து போன முகம் உருமாற்றம் பெற்றது போலக் காணப்பட்டது. அவனது கைகள் ஆர்வத்தோடு ரேடியேட்டரைப் பற்றிக் கொண்டிருந்தன. முழுக்க செயல்பட முடியாமற் போனான். அவனது பலி கிளம்பட்டும் என காத்துக் கொண்டிருந்தான் _ அதற்குத் தேவையான பொறுமை அவனிடமிருந்தது.

சொல்ல முடியாத ஓர் ஆறுதல் பெருமூச்சை அர்பன் விட்டான். தொடாமல் இடம் மாறிப் போயிருந்த மூலையிலிருந்த பிளாஸ்டிக் பூச்சைத் தொட்டு அழுத்தி, திரும்பவும் வைத்தான்.

சற்று ஓய்வு எடுத்துக்கொண்டதாக உணர்ந்தபோது, ஸ்டார்ட்டரை அழுத்தினான். கார் முன்னோக்கி நகர்ந்தது. காரின் முன் கண்ணாடியில் தெரிந்த ஆல்வாவின் முகம் மறைந்தது. அவனது உடம்பு ரேடியேட்டரிலிருந்து நழுவியது.

அர்பன் காரைத் திருப்பி பின்னால் பார்த்தான். ஆல்வாவினுடைய மஞ்சுபடர்ந்த தோற்றம் தொலைவில் கரைந்து போய்க் கொண்டிருந்தது. அர்பன் ஒரு சிகரெட்டைப் பற்ற வைத்தான். இப்பொழுது அவனுடைய நரம்புகள் கட்டுப்பாட்டிற்குள் இருந்தன. ஆனால் தலையின் பின்புறத்தில் வலி இன்னமும் பயங்கரமாகவே இருந்தது.

ஆகவே, அவன் இன்னமும் சார்லியின் நினைவிலிருந்து முழுமையாக விடுபட முடியாமல் இருந்தான். செத்திருந்தாலும் அவன் இன்னமும் அர்பனை வாட்டினான். ஆல்வா கூட இரண்டு மாத காலத்திற்குத்தான் அவனிடமிருந்து பிரிந்து இருக்க முடிந்தது. துயர் செய்யும் நினைவு திரும்பவும் வந்தது...

நியூமோர் தனது ஆய்வுக்கூடத்திற்குள் நுழைந்து ஒரு நாற்காலியில் சோர்ந்து விழுந்தான். அருவருப்பான மனநிலையில் அவன் இருந்தான். ஆகவே, நல்லிசைவாகத் தொடங்கிய அந்தச் சோதனையை அவன் தடைசெய்ய வேண்டி இருந்தது. சாதித்ததெல்லாவற்றையும் அழிக்க வேண்டி வந்தது. அவனது மூளைக் குழந்தையான ஆல்வாவையும் அழிக்க வேண்டியிருந்தது. ஆதாரத் துகள்களின் திரளையாக அவனைக் குறைக்க வேண்டும். அவனைப் படைப்பதற்காக எத்தனை இரவுகளைத் தூங்காமல் கழித்திருக்கிறான். அவன் மீது எவ்வளவு நம்பிக்கைகளை வைத்திருக்கிறான். அதற்காக எவ்வளவு பணத்தை முதலீடு செய்திருக்கிறான்! இவை எல்லாமே அழியப் போகின்றன.

நியூமோர் தனது தொண்டையை மெல்லத் தொட்டான். அருந்தகத்தில் நடந்த அருவருக்கத்தக்க நிகழ்ச்சிக்குப் பிறகு அர்பனிடத்தில் வெறுப்பாகவே இருந்தான். ஆனால் நியூமோர் வியக்கும்படி அவனது வெறுப்பு விரைவிலேயே மறைந்து போயிற்று. மாறாக இம்மனிதன் மீது வருத்தப்பட்டான். ஆல்வாவின் நடத்தை பற்றி அர்பன் கூறிய தொடர்பற்ற கதை அழிவைப் பற்றிய முன்னுணர்வை அவனுக்கு ஏற்படுத்தியது. இந்தக் கதையானது என்ஜினியரது கற்பனையின் ஒரு புனைசுருட்டாக இல்லாமல் இருக்குமேயானால், அது நியூமோரின் திட்ட மதிப்பீடுகள் தவறு

என்றும், அவன் எதிர்பார்த்தலுக்கு முரணாக ஆல்வாவின் நடத்தை இருந்தது என்றும் பொருள்படும். அல்லது அது எல்லாமே அர்பனின் தவறா? போதுமான கவனத்தோடு அவன் இல்லையா? மொத்தத்தில் ஆல்வா ஒரு முட்டாள். அவனை ஏமாற்றுவது மிகவும் சுலபமான காரியம்.

ஆனால் விஷயத்தின் மூலத்தைத் தெரிந்துகொள்வது என்பது மிகவும் சுணங்கிவிட்டது. நியூமோர் வாக்குறுதி தந்திருந்தான். அதைத் தான் காப்பாற்றப் போவதாகக் கூறி இருந்தான். ஆல்வா மறைந்து விடுவான். அர்பன் பொறாமை கொள்ளத்தக்கதாய் இராத தனது பழைய நிலைக்குத் திரும்பிவிடுவான்.

நியூமோர் எழுந்து திரும்பி, அறையின் மேலும் கீழும் வந்தான். ஆல்வாவை அழைப்பதற்குரிய பொத்தானை அமுக்குவதற்கு அதுதான் நேரம். ஆனால் அவன் சுணங்கினான்.

வழக்கமாக அமைதியாக இருக்கும் அவனை விடாதபடி வழமைக்கு மாறான எண்ணங்கள் அவன் தலையில் எழுந்தன. ஆக, இந்த அமைதியானது உண்மையில் ஒரு மாயத் தோற்றமே. ஒரு குளத்தின் நீர்ப்பரப்புப்போல, வளவளப்பாகவும் எஃகுப் போலவும் காணப்பட்டது. அதன் ஆழத்தில் மேகங்கள் மிதந்தன. நீரின் விளிம்பில் நின்ற மரங்கள் தங்களது பிரதிபலிப்பை மாறுபடக் காட்டிக் கொண்டிருந்தன. அடிப்பரப்பு அசைக்க முடியாதபடி இருந்தது. ஆனால் ஒரு காற்றுவீச்சில் அமைதியான அந்த மாயத் தோற்றம் துண்டாகச் சிதறடிக்கப்பட்டது.

ஆக, அது நியூமோர் உள் உலகம் பற்றியது. அசைக்க முடியாத சட்டங்களின் கவசமாய் அது காணப்பட்டது. ஒருவகையில், அவைகளை தெரிவிக்கும் வாய்பாடுகள் மிகவும் சிக்கலானவை, எப்படி இருப்பினும் அவை உண்மையானவை. நியூமோர் தனது சொந்த தலையை பிணைவைக்கத் தயாரானான். பிறகு ஏன் ஆல்வா அம்மாதிரி விந்தையாக நடந்து கொண்டான்? நெருப்பில்லாமல் புகையில்லாதது போல காரணமில்லாமல் எந்த விளைவும் இல்லை. அவன் எங்கு தவறு செய்துவிட்டான்?

திடீரென்று நியூமோர் மனத்தில் ஒரு கருத்து தோன்றிவிட்டது. நன்மைக்கும் தீமைக்கும், ஒழுக்கத்திற்கும் தீயொழுக்கத்திற்கும் எந்திரமயமாக ஒரு மனிதன் தன்னைத் தானே ஈடுபடுத்திக் கொள்ள முடியுமா? எல்லா மனிதப் பண்புகளோடும், தோல்வியையும் சேர்த்து, தனித்தன்மை என்பது இணைந்தது தானா?

ஏதோ காரணத்திற்காக, விண்வெளிப் பயணத்திலிருந்து தனது தந்தை கொண்டு வந்த பொம்மையை நியூமோர் நினைத்துப் பார்த்தான். அது ஒரு சின்னப் பந்து, ‘எல்லாம் காணுகிற கண்.’

...அந்த அறை ஓரளவுக்கு இருட்டாக இருந்தது. ஒரு மூலையில், மேசை கிடந்த இடத்தில், நீல ஒளி மின்னியது.

“எவ்வளவு அருமை!” வாசல் வழியில் நின்றுகொண்டிருந்தபடி லின்டா கூறினாள்.

“அருகில் வா, பயப்பட வேண்டாம்” நியூமோர் அவளை வலியுறுத்தினான். அவள் முதுகில் லேசாகத் தட்டிக் கொடுத்தான்.

அக்கண் ஒளி விட்டுக் கொண்டிருந்தது, அற்புதமாக இருந்தது, மூடப்பட்ட நகைபோல.

“எல்லாம் காணுகிற கண்” நியூமோர் கூறினான்.

‘அதை நம்பவில்லை’ என்பது லின்டாவின் முகத்தில் எழுதப்பட்டிருந்தது.

“நீ என்னை நம்பவில்லையா?” நியூமோர் கோபத்தோடு இரைந்தான். “பிறகு கேள்.” ஒளிவிடும் பந்தை நோக்கி தனது கையை நீட்டி ஏதோ ஒன்றை அழுத்தினான். பிறகு அந்தப் பந்து பேசத் தொடங்கியது. தேவையான விவரத்தை சாரமில்லாத குரலில் அது பட்டியலிட்டது :

“இனம் _ மனிதன், பால் _ பெண்... பூமிக்கணக்கில் வயது ஏறத்தாழ _ 14 ஆண்டுகள்... மூளை பொதிந்த குடுவையின் பரும அளவு... (சன்னலுக்கு வெளியே பறந்த ஏரோபஸ்ஸில் ஓசை எண்ணை விழுங்கிவிட்டது) ...பற்கள், நல்ல நலம்” பந்து தொடர்ந்தது. லின்டா கேட்டுக் கொண்டே அசைவற்று நின்றாள். “தலை முடி _ பொன்னிறமாக....”

“ஜிஞ்சர்” நியூமோர் மேலும் தெரிவித்தான்.

“உள் அமைப்பு வருமாறு” பந்து தொடர்ந்தது. “உணவுக் குழாயின் நீளம்...”

“நிறுத்து!” லின்டா திடீரென்று இரைந்தாள். அந்தப் பந்தும் கீழ்ப்படிந்து நின்றது.

லின்டாவின் கோபம் குறைந்தது. கண்ணீருடன் அவள் அறையை விட்டு ஓடினாள்.

அந்த இரவு நீண்ட நேரமாக நியூமோருக்குத் தூக்கமே வரவில்லை. தனது படுக்கையில் புரண்டபடியே இருந்தான். எழுந்திருப்பது, தலையணையை அமுக்குவது, கொஞ்சம் தண்ணீர் குடிப்பது இப்படியாக இருந்தான். ஆனால் தூக்கம் அவனை விட்டு நழுவிவிட்டது. முதல் முறையாக, தனது வாழ்க்கையில் ஒருபோதும் நடந்திராதவைகளைப் பற்றி அவன் வியந்து கொண்டிருந்தான். அப்பொழுதுதான் ஆல்வா பற்றிய எண்ணம் அவன் மனத்தில் கருக்கொண்டதா?... ஒருவனுடைய நோய்களையும் துயரங்களையும் தான் ஏற்றுக்கொள்ளக் கூடிய ஒரு மனிதனுடைய இரட்டை பற்றிய எண்ணம் எழுந்ததா?

பிறகு இப்பையன் தனது தூக்கத்தை எது பறித்துக் கொண்டிருந்ததோ அதைப்பற்றி முன்கூட்டி உணரலானான். மூலையிலிருந்து வந்து கொண்டிருக்கின்ற நீல வெளிச்சம்தான் அது. 'எல்லாம் காணுகிற கண்' _ அது எவ்வாறு செய்யப்பட்டது?

அதன் மூலத்தை அவன் அறிந்தாக வேண்டும்.

குளிர்ந்த தரை மீது தனது கால்களை நியூமோர் பதிய வைத்தான். அந்த நீல ஒளி அவனை காந்தம் போல இழுத்துக் கொண்டது.

குளிர்ந்துபோன பிளாஸ்டிக்கின்மீது நடந்தபடி, அப்பையன் மேசையை நெருங்கி, இந்தப் பந்தைத் தொட்டான். அதிலுள்ள சிறிய குமிழைத் தொட்டவுடனேயே அவனுக்கு எத்தனை விலாவெலும்புகள் இருக்கின்றன என்று அந்தப் பந்து உடனடியாகக் கூறும், அவனது இதயத் தசையின் வலு எப்படி என்பது போலக் கூறும். அச்சம் விளைவிக்கக் கூடியதொன்று, லின்டாவினுடைய உள அரிப்பை அவன் புரிந்து கொண்டதாக அவன் நினைத்தான். அவளிடத்தில் அவன் மன்னிப்புக் கேட்பதா? ஓ, பரவாயில்லை! காலைக்குள்ளாக அவள் எல்லாவற்றையும் மறந்துவிடுவாள். எந்த வகையிலோ, ஒன்றுக்காகவோ, மற்றதற்காகவோ அவள் எப்பொழுதுமே அழுது கொண்டிருந்தாள். என்ன பெண்ணோ அவள்?

ஓர் உந்துதல் சக்தி மேஜை டிராயரை இழுத்து ஓர் அறுவைக் கத்தியை எடுக்க நியூமோரைத் தூண்டியது. தொலை தூரத்து கோளிலிருந்து வந்த தூதுவனாகிய பந்து களங்கமற்ற சுடரொளியை விட்டுக்கொண்டிருந்தது.

பந்தை நோக்கி தனது கையை அப்பையன் சில முறை நீட்டி எடுக்க முயன்ற பொழுது நியூமோரின் பிடியில் அறுவைக் கத்தி

சூடேறி விட்டது. கடைசியாக, அதன் வெளிப்புறச் சவ்வை மட்டும் சிறிதளவு வெட்டுவதென்று அவன் முடிவு செய்தான். இது கண்ணிற்கு உண்மையில் எந்தத் தீங்கும் செய்யாது. அதற்குள்ளாக என்ன இருக்கிறது என்பதைப் பார்ப்பதற்கு மட்டுமே விரும்பினான். பிறகு பயோபிளாஸ்டிக்கால் வெட்டை சரிசெய்து விடுவான். எந்தத் தழும்பும் இருக்க முடியாது. போன கோடையின் போது கூட ஒரு தவளையின் மீது ஒரு சோதனை செய்தான். எல்லாம் நல்லபடியாக முடிந்தது.

வெட்டுவதற்கு வேண்டிய துணிவைக் கடைசியாக நியூமோர் வரவழைத்துக் கொண்டான். வெளிப்புறச் சவ்வு வெட்டுவதற்கு மிகச் சுலபமாக இருந்தது, எந்தவித எதிர்ப்பும் ஏற்படவில்லை. பெரும்பாலும் நியூமோர் பயந்தபடி, வெட்டிலிருந்து திரவம் ஏதும் வெளிப்படவில்லை. பந்து தொடர்ந்து ஒளிவிட்டது. ஒளி மிகுந்து பிரகாசித்தது. நியூமோர் வெட்டை ஆழப்படுத்தினான். “ஒருவகையில் நலமின்றி இருக்கும்போது ஓர் உயிருள்ள மனிதனை டாக்டர்கள் வெட்டுகிறார்கள். பிறகு அவர்கள் தையல் போட்டு விடுவார்கள். அதற்காக நோயாளிக்கு எந்தக் கேடும் விளைவதில்லை'' என்று அவன் நினைத்தான். “இதில் மிக முக்கியமானது கவனமாக இருப்பதுதான். ஒரு மனிதனை விட இந்தப் பந்து நிச்சயமாக எந்தவகையிலும் சிக்கலானதாக இருக்காது.''

சவ்வுக்குக் கீழே கணக்கற்ற மெல்லிய நரம்புகள் தோலிழை மத்தில் இருந்தன. உலகத்திலேயே மிகவும் பொறுமைசாலியான ஒருவனால் கூட அவற்றை முறுக்கவிழ்த்துப் பிரிக்கும் நம்பிக்கை இல்லாதபடி அவைப்பின்னிக் கிடந்தன. “நரம்பு செல்கள்'' நியூமோர் ஊகித்தான். வழக்கமான கொள்கலம், நுண்ணிய குழாய்கள் _ உண்மையில் அபூர்வமாக எதுவும் இல்லை...

நியூமோர் பிளந்த பந்திற்கு மேலாகக் குனிந்து பார்த்தான். அது அயற்பண்புடைய ஒரு பழத்தை அவனுக்கு நினைவூட்டியது. அது ஒருவகையான நறுமணத்தை வெளியிட்டதையும் நியூமோர் கவனித்தான். திடீரென்று அந்த நீல ஒளி மங்கத் தொடங்கியது. அறைக்குள் இருள் பாய்ந்தது. ஸ்விட்சை நியூமோர் போட நினைத்தான். கண நேரத்தில் அவன் அதைச் சரிசெய்வான். அவன் உண்மையில் அந்தக் கண்ணுக்கு எந்தத் தீங்கும் செய்யவில்லை. ஒரு நூலைக் கூட அவன் நறுக்கவில்லை. அவனுக்குத் தேவையானதெல்லாம் வெட்டின் முனைகளை ஒன்று சேர்த்து

அவற்றை பயோபிளாஸ்டிக்கால் ஒன்று சேர்ப்பதே ஆகும்.

மெல்லிய சவ்வு விரைவாக ஒட்டிக்கொண்டது. இப்பொழுது பந்து திரும்பவும் முழுமையாக இருந்தது. ஆனால் அது வெளிச்சம் தரவில்லை. நியூமோர் ஸ்விட்சைப் போட்டான். ஊடுருவிச் செல்ல இடந்தராத இருள் அறையைச் சூழ்ந்தது.

வீணாக அவன் குமிழை அழுத்தினான் _ பந்து அமைதியாக இருந்தது. 'கண்' செத்துவிட்டது. நியூமோர்தான் தனது சொந்தக் கைகளால் அதைக் கொன்றவன். குடும்பத்தினர் அனைவருமே அவனைத் தேற்ற முயற்சித்தார்கள். அடுத்த முறை செல்கின்ற போது அவனுக்கு வேறு ஒரு பந்து வாங்கித் தருவதாக தந்தை வாக்குறுதி தந்தார். தாயாரும், லின்டாவும் தேற்றினார்கள். ஆனால் நியூமோர் தேறுதலடையவில்லை.

இப்பொழுதுதான், அநேக ஆண்டுகளுக்குப் பிறகு, உண்மையைத் தெரியலானான். அந்த தொலைவான இரவில் அறுவைக் கத்தியை ஆயுதமாகக் கொண்டு அந்த நீலப் பந்தின் ஒற்றுமையை அவன் குலைத்தான். ஆ! அதற்காகத்தான் அவன் அதை நினைவு கூர்ந்தான். இப்பொழுது கூட ஒவ்வொரு மனிதனையும் பிரிப்பதன் வாயிலாக ஒற்றுமையை, குறிப்பாக வெஸ்டர்னில் வேலையிலிருக்கும் அர்பன் பெயர் கொண்ட ஓர் என்ஜினியரை, அவன் குலைக்கவில்லையா?

நியூமோர் சன்னலுக்கு அருகே வந்தான். இந்தப் பைத்தியக்கார உலகம், பைத்தியக்கார தட்பவெப்ப நிலையை வெளிப்படுத்திக் கொண்டிருந்தது. ஒருசில மணி நேரத்திற்கு முன்னால், அவன் அர்பனிடம் பேசிக் கொண்டிருந்த போது வானத்தில் மூடுபனியிருந்தது. இப்பொழுது உருகு நிலைக்கு வந்துவிட்டது.

ஒரு சொட்டு நீர் சன்னலுக்கு வெளியே குறுக்கு நெடுக்கான பாதையை ஏற்படுத்திக் கொண்டு கீழே விழுந்தது. அது சிறிய பல்லியைப் போல அசைந்தது. நியூமோரின் வெப்பமான நெற்றி குளிர்ச்சியான கண்ணாடிக்கு எதிராக நிற்பது மகிழ்ச்சியாக இருந்தது. அந்தச் சொட்டு நியூமோரின் கண்ணுக்கு முன்பாக விழுந்து கீழே மறைந்தது.

"அந்த ஒரு சொட்டில், நீ விரும்பினால், உலகின் முழு பிரதிபலிப்பையும் காண முடியும்'' நியூமோர் சிந்தித்தான். "பொருள்களின் சரியான தோற்றம் மட்டுமே தேவைப்படுகிறது. இந்தத் துளியை எடுத்துக்கொள்வோம். இது இரண்டு தனிமங்களின் ரசாயனக் கூட்டுச் சேர்க்கை, அதாவது ஹைட்ரஜன் மற்றும்

ஆக்ஸிஜன். அவற்றில் ஒன்றைப் பிரித்துவிட்டால், நீர் உள்ளபடியே காணாமற் போய்விடும்...''

நியூமோரின் ஆய்வுக்கூடம் தரை மட்டத்திற்கு மேலே அமைந்திருந்தது. வாசலுக்கு வெளிப்புறமாக ஊரின் ஒரு பகுதியை பறவைப் பார்வை போல சன்னல் காட்டியது. பிரகாசமான நாளில் தொலைதூரத்துப் பொருட்கள்கூட நன்றாகத் தெரியும். ஆனால் இப்பொழுது மிகச் சிறிய மழைத் தூறலால் தெரியாதிருந்தது.

பிரதான வாசலுக்கு முன்னால் உள்ள சதுக்கத்தில் ஏதோ சாலை வேலைகள் நடந்து கொண்டிருந்தன. நியூமோர் மிக நெருங்கிப் பார்த்தான். ஒரு திமிங்கலம் போலக் காணப்பட்ட ஒரு டிரக் வண்டி ஒரு வட்டமாக நகர்ந்து கொண்டிருந்தது. பின்புறம் மினுமினுக்கக் கூடிய ஒரு புதிய பாதையை ஏற்படுத்திக் கொண்டு சென்றது. பொருந்தாத பருவகாலச் சூழலில் சதுக்கத்தை ஏன் அவர்கள் மாற்றி அமைத்துக் கொண்டிருக்கிறார்கள்? ஒருவேளை செயற்கைப் பனிச் சறுக்குக் களத்தை அவர்கள் உருவாக்கிக் கொண்டிருக்கிறார்களா? இந்த நாட்களில் ஏதாவது விழா அல்லது வேறு ஏதேனும் நடைபெறலாம். ஒவ்வொரு மாதமும் பத்துப் பன்னிரண்டு நடத்துவார்கள்.

நியூமோர் கண்ட்ரோல் பேனலுக்கு வந்து அழைப்பதற்குரிய பொத்தானை அழுத்தினான். நியூமோரால் உருவாக்கப்பட்ட உடல் சரீரமில்லாத ஆல்வா எங்கே? அர்பனைச் சந்திக்க வேண்டும் என்பதற்காக குறிக்கோளில்லாமல் நகரத்தைச் சுற்றிக் கொண்டிருக்கிறானா? அல்லது அர்பனின் வீட்டிற்கு அருகில் அமர்ந்தபடி காத்துக் கொண்டிருக்கிறானா? இந்தப் பதுங்குதலுக்குத் தான் பெரும்பாலும் பாவம் அர்பன் பயந்தான். ஒரு மியூசியம் அல்லது அவனது இரட்டையான அர்பனுக்கு அணுக முடியாத வசதிபடைத்தவர்களின் பொழுதுபோக்கு மையமாகிய 'பித்தக்கோரஸ் கிளப்' போன்ற ஏதோ பொருத்தமில்லாத இடங்களில் ஆல்வா இருக்க முடியுமா? பொதுவாக ஆல்வாவிற்கு எந்தக் கதவும் சாத்தப்பட்டதில்லை, அல்லது, ஒருவேளை, அவனுக்குக் கதவுகளே தேவைப்படாது இருக்கலாம்.

ஆல்வாவினுடைய அமைதியான நிழல் உருவத்தோற்றத்தைப் பார்த்த மாத்திரத்தில் அர்பனது சந்திப்புகளைச் சற்று கற்பனை செய்து பார்!

இப்பொழுது ஆல்வா இந்நேரத்தில் எங்கிருக்கிறான் என்பதை அவன் அறிந்து கொள்வான். சில நொடிகளுக்குள்ளாகவே ஆல்வா வானொலி சமிக்ஞைக்கு ஏற்ப செயல்படுவான்.

நேரம் கடந்து கொண்டிருந்தது. ஆனால் தொடர்பு விளக்கு ஒளிதரவில்லை. அது ஒத்து வராததாகி விட்டது. முன்பெல்லாம் அதன் அழைப்புகளுக்கு பதிலளிக்காமல் ஒருபோதும் ஆல்வா இருந்ததில்லை.

விசும்புடன் ஏதேனும் மாறுபாடு ஏற்பட்டுவிட்டதா? அல்லது அமைப்பில் ஏதேனும் கோளாறு ஏற்பட்டு விட்டதா? அதை சரிபார்க்கவும் செயல்பட வைக்கவும் சில நிமிடங்களே தேவைப்பட்டன. பிறகு ஒரு தெளிவற்ற பயம் நம்பிக்கையாக மாறியது.

ஆல்வா கீழ்ப்படியாமலேயே போய் விட்டான்! தனக்கென்று எந்த ஒரு மனத்திட்பமும் பெற்றிராததும் எதிர் துகள்களின் செயற்கைத் திரளையாகியதுமான இந்த மாயத்தோற்றம், நேற்றுத் தான் தன்னைப் படைத்தவனுக்கு எந்தக் கேள்வியுமின்றி கீழ்ப்படிந்த இது, இந்தப் பெரிய நகரத்தில் காணாமற் போய்விட்டது. ஒரு குறிப்பிட்ட நபரைத் தவிர வேறு யாருக்கும் இதனால் ஆபத்தில்லை...

இது விஷயங்களை மிகவும் சிக்கலாக்கி விடும். அவனால் செய்ய முடிந்ததெல்லாம், இரவு நேரத்திலும் எந்தவித அசம்பாவிதமும் ஏற்படாது என்று நம்பியது தான். மறுநாளும் அர்பன் சந்திப்புக்காக வருகின்ற பொழுது சக்திவாய்ந்த காந்தக் கண்ணிகளின் உதவியால் ஆல்வாவைப் பிடிக்க நியூமோரால் முடியும். இத்தகைய கண்ணிகள் முன்னைய காலத்தில் அதிர்வு விண்கலங்களில் எதிர் துகள்களினின்று காத்துக்கொள்வதற்காகப் பயன்படுத்தப்பட்டன. அர்பன் மிகச் சிறந்த தூண்டிலாகப் பயன்படுவான்.

எந்தவகையிலாவது அவன் அர்பனை வீடியோபோனில் அழைத்து எச்சரிக்கை செய்ய வேண்டும். வாயிற் புறத்திற்கு நேராக அவன் ஓட்டிச்செல்வான். நியூமோர் அவனைச் சந்திப்பான். கடந்து செல்வதற்கு அர்பனுக்கு ஒரு சிறிய திறந்தவெளி மட்டுமே உண்டு. ஆய்வுக் கூடத்தில் அர்பன் முழுமையான பாதுகாப்போடு இருப்பதற்கு வேண்டியதை நியூமோர் பார்த்துக் கொள்வான்.

"வெஸ்டர்ன்!" நியூமோர் வீடியோபோனில் கேட்டான். ஆனால் திரை இருளாக இருந்தது. நெற்றியில் திடீரென்று ஏற்பட்ட

வியர்வையை நியூமோர் துடைத்துக் கொண்டான். எல்லாமே அர்பனுக்கு எதிராக இருப்பது போலத் தோன்றியது.

நியூமோர் சிவப்புக் குமிழை நகர்த்தினான்.

"கட்டுப்பாட்டு மையம்" ஓர் இனிய குரல் பேசியது.

"என்னால் வெஸ்டர்னோடு தொடர்பு கொள்ள முடியவில்லை" என்றான் நியூமோர். (குறைந்தது அவன் கட்டுப்பாட்டு மையத்தோடு தொடர்பு கொண்டால் நல்லது!)

"கவலைப்பட வேண்டாம், தயவு செய்யுங்கள். தொடர்பு சீர்குலைந்து உள்ளது." ("அது ஒரு ரோபோட்டா, உயிருள்ள பெண் பேசுகிறதா?" ஜியோமிதிப்படி சரியான உருவங்களைக் காட்டும் பசுந்தலை இளம் பொன்மேனியளைப் பார்த்து நியூமோர் வியந்தான்.)

"எப்போது இந்தக் குறை சரிசெய்யப்படும்?"

"காலை வாக்கில்." ("கடைசியில் அது ஒரு பெண்ணாகத்தான் இருக்க வேண்டும்.")

"எதனால் சீர்குலைவு ஏற்பட்டது?"

"சதுக்கத்தில் நடைபெறும் மராமத்துகள்" ("ஒரு பெண்ணால் தான் அப்படிச் சிரிக்க முடியும்.")

"ஆம். சன்னல் வழியாக என்னால் பார்க்க முடிகிறது."

கட்டுப்பாட்டு மையத்தின் பெண் நியூமோரைப் பதவி வாய்ப்பை எதிர்நோக்குவது போலப் பார்த்தாள்.

"அந்த அற்பத்தனமான புதிய மேல்தளத்தை எதற்காக அவர்கள் விரும்புகிறார்கள் என்பதை எனக்குக் கூற முடியுமா?"

"என்னை மன்னியுங்கள். நகர மேலாண்மையரின் உத்தரவுகளைப் பற்றி விவாதிக்க நான் அதிகாரம் பெற்றிருக்கவில்லை" அந்த இளம் பொன்மேனியள் குளுமையாகச் சொன்னாள்.

திரை இருளானது.

"ஒரு ரோபோட்டே போதுமானது" நியூமோர் முடிவு செய்தான். 'சரி, நிலைமை தெளிவாக இருக்கிறது.' நாளைக் காலை அவன் வெஸ்டர்னை அழைத்து அர்பனை எச்சரிக்க நினைத்தான்.

நியூமோர் தனது பிரம்மாண்டமான, கோபுரம் போன்ற ஆய்வுக்கூடத்தை ஒரு பார்வை செலுத்திவிட்டு கதவுக்குள் நுழைந்தான்.

நியூமோர் மனித உதவியாளர்களை விரும்பியதில்லை. அறிவுமந்தமாக இருந்தாலும் சுறுசுறுப்பான ரோபோட்டுகளையே மனிதர்களைவிட விரும்பினான்.

செய்ய வேண்டிய காரியங்கள் இருக்கின்றன. அந்த இரவு தூங்க முடியும் என்று அவன் எதிர்பார்க்கவில்லை. ஆல்வாவின் திடீர் கலகம் _ விநோதமான நடத்தை கலகம் என்று அழைக்கப்படுமேயானால் _ அவனது திட்டங்களை சீர்குலைத்துவிட்டது.

முதற் காரியமாக அவன் காந்த கண்ணியை ஏற்பாடு செய்தாக வேண்டும். இத்துடன், அவனது ஆய்வுக்கூடத்தில் குறைந்தது ஓர் அறையையாவது, சிறிதாக இருந்தாலும், சுவர்கள், தரை மற்றும் கூரை இவற்றைப் பாதுகாப்பு பிளாஸ்டிக்கால் பூச ஏற்பாடு செய்தாக வேண்டும். காந்தக் கண்ணியில் ஆல்வா பிடிபடுகின்றவரை அர்பன் இங்குதான் வசித்தாக வேண்டும்.

முக்கியமான விஷயம் ஆல்வாவைப் பிடிப்பது தான். பிறகு நியூமோர் சிக்கலின் மூலத்தை அறிந்துகொள்ள முடியும். மேலும் இரண்டு பகுதிகளை ஒன்றாக ஒட்ட வேண்டும். அதன் பெயர் என்ஜினியர் அர்பன்.

பிளாஸ்டிக்கால் சுவர்களைப் பூசுவது ஒன்றும் சிரமமான காரியமில்லை. எந்த ஆய்வுக்கூட உதவியாளனும் அந்தப் பணியைச் செய்யக் கூடும். ஆனால் மிகக் குறைவானவர்களே அதைப் பற்றி அறிந்தால் நல்லது.

இல்லை, ரகசியத்தை அவன் ரோபோட்டிடம் கூட ஒப்படைக்க மாட்டான். அதை அவனே செய்ய முடியும். மேலும் அவன் அந்த வேலையை ஒழுங்காகச் செய்வான். ஒரு துளை கூட இல்லாமல் பார்த்துக்கொள்ள வேண்டும். ஏனெனில் அது சேதத்திற்குக் காரணமாகும்.

நியூமோர் அயானாபிளாஸ்டிக் உருளையைத் தயாரித்து வேலையைத் தொடங்கினான். இருப்பினும் அவன் வலுத்த முன்னெச்சரிக்கைக்கு ஆட்பட்டான். திரும்பத்திரும்ப அவனது மூளை காந்தத்தின் இரு முனைகளைப் பற்றி, அவன் உண்டாக்கிய ஆல்வா மற்றும் அர்பனை ஒரு பெரிய நகரத்தில் திகைப்பூட்டும் சிக்கலுக்கு அளாகி அலைந்து கொண்டிருக்கும் நிலையைக் கற்பனை செய்தது.

‘வளர்ச்சியடைந்த திரிபுரு’வாக அர்பன் உலவப் போவது இந்தக் கடைசி இருபத்து நான்கு மணி நேரம் மட்டுமே. பழைய அர்பனை விட இது எதார்த்தமாகவே வளர்ச்சி பெற்றது தானா? அவன் அதை சீக்கிரமே அறிவான் _ இன்னும் சில மணி நேரங்களே எஞ்சி இருந்தன.

அர்பன் தனது காரை ஓட்டிக் கொண்டு வீட்டிற்கு வந்தான். தானியங்கு ஓட்டுநர் பொறுப்பாக இருந்தான்.

இல்லை, நியூமோரினுடைய சோதனை ஒரு வெற்றியாக நிரூபிக்கப்படவில்லை. ஆரம்பத்திலேயே அது தோல்வியாகக் கருதப்பட்டதை யார் அறிவார்? மனித இயல்பை மாற்றிவிடவா முடியும்?

சரீரமில்லாத ஆல்வா தனது பணியைச் செய்வதில் தோல்வியடைந்து விட்டான் _ அழகன் சார்லியின் நினைவுகளிலிருந்து அர்பனை விடுவிக்கக்கூட அவன் தவறிவிட்டான்.

“உனது சொந்த வரைபடங்களுக்கு ஏற்ப உயிரை வடிவமைப்பது என்பது எவ்வளவு அதிசயமானதாக இருக்கும்!” அர்பன் வேடிக்கையாக நினைத்தான். திரும்பவும் புதிதாக உயிர்களை உண்டாக்கும் பணி அவனிடம் ஒப்படைக்கப்பட்டிருந்தால், உலகத்திலுள்ள மிகச் சிறிய உயிரினம் கூட மகிழ்ச்சியடையும்படி அவன் பார்த்துக் கொள்வான்.

தெருவின் வழியாக ஓசையின்றி அவனது கார் விரைந்தது. அசதியாகச் சுற்றிலும் பார்த்தவாறு, அர்பன் நாளை தனக்கு என்ன காத்திருக்கிறது என்று சிந்தித்தான்.

உலகத்தில் ஏன் உயிர் துயரத்திலிருந்து விடுபட முடிவதில்லை?

எப்போதோ மறந்துபோன உணர்ச்சி அர்பனைக் கிளறியது. அது எப்பொழுதுமே ஈடுபாட்டை ஏற்படுத்தியது. அதை அவன் வளர்த்துக் கொள்ள முயன்றபோது, வார்த்தைகள் தாங்களாகவே வலியவந்து வரிகளாக அமைத்துக்கொண்டன, சிந்தனைகள் கற்பனை உடைகளைத் தரித்துக் கொண்டன. நகரத்தின் தெருக்களில் ஆல்வா தோன்றிய பிறகு இந்த உணர்வு அவனிடம் தோன்றவே இல்லை.... இங்கும்கூட நியூமோரினுடைய கண்டுபிடிப்பு தோல்வியையே வெளிப்படுத்தியது.

அர்பன் தனது கண்களை மூடினான். ஒன்றன் பின் ஒன்றாக வரிகள் அவன் எண்ணத்தில் பளிச்சிட்டன.

"நான் அதைக் குறித்துக்கொண்டிருக்க வேண்டும்... பரவாயில்லை, நாளைக்குச் செய்வேன், நியூமோரிடமிருந்து நான் திரும்பும்போது'' என்று அர்பன் நினைத்தான்.

இந்தச் சந்தர்ப்பத்தில் அவன் சார்லியை நினைவு கூர்ந்தான்.

கல்லூரியில் அவன் இரண்டாம் ஆண்டு இருந்தபோது அது எப்போதோ நடந்தது. அவனும் அழகன் சார்லியும் பக்கத்து வகுப்புகளில் இருந்தார்கள். அழகு என்பது வெறுமனே அழகு மட்டுமல்ல _ மிக அருமையாக வருவான், பயிற்சியின் போது ஒவ்வொரு பயிற்சியாளனும் தாடி முளைத்துக் காணப்பட்டாலும் எப்போதுமே மழித்த முகம் நேர்த்தியான உடையுடன் காணப்படுவான். இயற்கையாகவே, சார்லி பெண்கள் மிகவும் விரும்பக்கூடியவனாக இருந்தான்.

ஆனால் அது அவனது இயல்பின் ஒரு கோணம் மட்டுமே _ மிக முக்கியமான ஒன்று அல்ல. இதில் மிகவும் வியக்கத்தக்கது, அவனது இத்தகைய எல்லா காதல் கற்பனைகளுக்கு மாறாக அவன் அந்தக் கூட்டத்திலேயே சிறந்தவனாகத் திகழ்ந்தான். "சுறுசுறுப்பான பேர்வழி'' சிலர் கூறினார்கள். "அவனுக்கு வேண்டியதை அவன் அறிவான்'' மற்றவர்கள் தோளைக் குலுக்கினார்கள். இக்கூற்று எதுவாக இருந்தாலும், சிக்கலான பொறி இயல் வினாவுக்கு சார்லி கன்ஸோனெயை விட தீர்வுகாணக் கூடியவர்கள் அந்தப் பள்ளியிலேயே யாருமில்லை. மேலும் ஆய்வாளர்கள் பள்ளிக்கு வருகின்ற நேரமெல்லாம், பள்ளியின் கௌரவத்தைக் காப்பாற்ற எப்போதுமே இவன் அழைக்கப்படுவான். அர்பன் பொறாமைக்கு ஆட்பட்டான். புத்திசாலி சார்லியைவிட தனது திறமைகள் தன்னை வெகுதூரம் தள்ளிவைத்திருக்கின்றன என்பதைப் புரிந்து கொண்டான். எவ்வளவுதான் கஷ்டப்பட்டு அவன் முயன்றபோதும், ஒருமுகப்பட்டு உழைத்ததால் அடைந்த சாதனையை அதிர்ஷ்டத்தின் அன்பு மகவு சார்லி தனது கை விரல்களால் கட்டிக்கொண்டு போய்விடுவதுண்டு. மேலும் அவனது பொறி இயல் தீர்வுகள் ஒட்டு மொத்தமாக ஒப்பிட முடியாத அளவுக்கு அர்பனுடையதைக் காட்டிலும் மிகப் பாங்காக இருந்தன. ஒரு சுரங்கப் பாதை அமைப்புப் பற்றிய அர்பனுடைய வரைபடத்தைக் கண்டு ஓர் ஆய்வாளர், "ஒரு கோடரியால் துண்டி'' என்றார்.

விருப்புகளை காலவரையறைப்படி ஒழுங்குபடுத்தும் பணியினைச் செய்யும் ஆகாயத்தின் உயிரியின் தோற்றமுடைய

வின்னிபெக், அவனுடைய சுற்றில் வந்தபோது அர்பனுக்கு வாழ்க்கை தாங்க முடியாத துயரமுடையதாக மாறியது. ஆரம்பத்தில் தனது வாழ்க்கையின் பொருளை அறிந்ததாக அர்பன் கற்பனை செய்து கொண்டான். வின்னியும் போதுமான அளவுக்கு நட்புப் பாராட்டினாள். அவனோடு உரையாட முற்றிலும் விரும்பினாள். ஒருமுறை ஓர் அருந்தகத்திற்கு அழைத்துச் செல்ல ஒப்புதல் தந்து அங்கு கொஞ்சம் ஐஸ்கிரீமும் பெற்றுக்கொண்டான். ஆனால் ஒரு அதிர்ஷ்டமில்லாத நாளில் வின்னியை சார்லியுடன் அர்பன் பார்த்தான். கவலை அவனை விழுங்கியது. தனது எதிரியை ஒழித்துக்கட்ட வேண்டிய வழியைக் கண்டுபிடிப்பதில் தனது நாட்களை அவன் செலவிட்டான். ஆனால் இரவில் சாத்தியமாகத் தெரிந்தது, பகல் வெளிச்சத்தில் முட்டாள்தனமான தந்திரமாக நிரூபணமானது. மணிக்கணக்காக அர்பன் கண்ணாடியின் முன் அமர்வதுண்டு, தனது மிகச் சாதாரண முகத்தை ஆராய்ந்தபடி. இல்லை, வெல்ல முடியாத சார்லிக்கு சவால் விடும் வகையில் அவன் சாதனவாய்ப்புக்களைப் பெற்றிருக்கவில்லை...

தனது இருக்கையின் பின்புறம் சாய்ந்தபடி, ஆழ்ந்த உறக்கத்தில் இருளடைந்து காணப்பட்ட வீடுகளை கவனிக்காது பார்த்தபடி இருந்தான். கடினமான பகலுக்குப் பிறகு நகரம் சீக்கிரமாகவே தூக்கத்தில் ஆழ்ந்தது. இரவு விடுதிகளின் குவிமாடங்களே ஒளிவிட்டன.

விமானக் கோட்டத்திற்கு அன்று ஏன் அவன் வந்தான்? எண்ணெய்க் குப்பியைத் தேடியா? அல்லது பெர்மாலோய் கலவைக் கம்பி உருளையைத் தேடியா? அல்லது வெறுமனே வெக்கையிலிருந்து விடுதல் பெறும் தேடலா? அன்றைய தினம் நடந்த ஒவ்வொரு மிகச் சிறிய விஷயங்களையும் திரும்ப நினைக்க அர்பன் ஆயிரக்கணக்கான தடவைகள் முயன்றான். ஆனால் இந்தக் குறிப்பிட்ட விஷயம் மட்டும் அவனது நினைவிலிருந்து முற்றாக நழுவியது.

அது ஜூலை மாதத்தின் நண்பகல். அந்த அட்சாம்சத்தில் வெப்பம் முற்றாகக் கேள்விப்பட்டதே இல்லை. எல்லாருமே சோர்வுற்று இருந்தனர். அர்பன் ஒரு வடக்கத்தியனாதலால் வெப்பத்திற்குக் கிட்டத்தட்ட நோய்வாய்ப்பட்டுப் போனான். விமானக் கோட்டத்திற்குள் இறுதியாக நுழைவதற்கு முன்னால், பயிற்சி விமானதளத்தில் சில காலம் அலைந்து திரிந்ததை அவன் நினைவு கூர்ந்தான். கிட்டத்தட்ட பாதி இருட்டில் பார்க்க அவன்

கண்கள் பழகிப்போகின்ற வரை அவன் வாசலில் நின்றான். அந்தக் கோட்டத்தில் குளிராக இருந்தது. அர்பன் தீர்மானத்தோடு உள்ளே நடந்தான். திடீரென்று அவன் நின்றான், ஒரு சுவற்றுக்குள் ஓடுவது போல. நீண்டு வந்த சூரியனின் பொன்னிறமான ஒளியின் மையத்தில் சார்லி நின்றான். அவனது முகம் கடுகடுப்பாக இருந்தது. அர்பன் உற்றுப்பார்த்தான். காடாபுல்ட் சார்லி மும்முரமாக இருந்தான். “நாளை அவன் பறக்க வேண்டிய நாளா?'' அர்பன் வியந்தான்.

என்ஜினியர்களுக்குப் பறக்கும் பயிற்சி கட்டாயமாக இருந்தது. அதில் தனித்துறை பயிற்சிக்கேற்ப ஒரே ஒரு தடவை சப்_ஸ்பேஸ் பறத்தலோ அல்லது இரு வாரகாலம் முறையாக விண்வெளியில் பயிற்சிப் பறத்தலோ அடங்கும். அர்பனும் சார்லியும் அந்த ஒரே பயிற்சியை மட்டும் அப்போதுதான் தொடங்கியிருந்தார்கள். தரை வேலையில் தனித்துறை பயிற்சிபெறும் என்ஜினியர்கள் மேற்கொண்டு எதுவும் செய்ய வேண்டியதில்லை.

பயிற்சிப் பறப்புகளின் போது காடாபுல்ட் அரிதாகத்தான் பயன்பட்டது. எதார்த்தத்தில் அர்பனால் ஒரு நிகழ்ச்சியைக்கூட நினைத்துப் பார்க்க முடியவில்லை. ஆனால், பறக்கும் போது ராக்கெட் தீப்பற்றிக் கொள்வது, மயக்கத்தில் இருக்கும் பயிற்சியாளனை ராக்கெட்டிலிருந்து காடாபுல்ட் வெளித்தள்ளுவது போன்ற புராணக்கதை அப்போது மாணவர்களிடையே பரவி இருந்தன. பாராசூட் அவனை ஒரு ஏரியில் இறக்கியது. அங்கிருந்து அதிர்ஷ்டமில்லாத அந்த விண்வெளி வீரனை சாரணர்கள் பாதுகாப்பாக கரையேற்றினர். இந்தப் புராணக் கதையில் ஏதேனும் உண்மை இருக்குமா என்பது யாருக்கும் தெரியாது.

காடாபுல்ட் செயல்படுவதன் மூலக்கோட்பாடு எளிமையானது தான். ஆபத்தின் போது ஒரு பொத்தானை அழுத்தினால் விண்வெளிக் கூண்டின் மேற்பகுதி திறந்து, விமானி மேல் நோக்கித் தள்ளப்படுவான். புராணக் கதையில் கூறப்பட்டது போல ஏதேனும் கோளாறு ஏற்பட்டால் எந்திரம் தானாகவே செயல்படுவது போல வடிவக்கப்பட்டது.

தானியங்கி முறையைப் படிப்பது போல சார்லி காணப்பட்டான். தீவிபத்து ஏற்பட்டால் காடாபுல்டின் வெடிப்புக்கான பொறி இயங்கி ஒரு ரசாயனச் சங்கிலியால் அணைக்கப்படும் என்பதை அர்பன் அறிவான். இந்தக் கோட்பாடு பற்றி சார்லிக்கு முற்றாகத் தெரியாது. உண்மையில் அவன் ஊக்கிகளை அசுத்தப்படுத்துவதில்

ஈடுபட்டிருந்தான். ஒரு ரசாயனச் சங்கிலியை அமைக்க வேண்டும் என்பது தெளிவாக இருந்தது.

இப்போது அவன் அர்பன் இருப்பதை அறிந்தான்.

“வெளியே வெப்பமாக இருக்கிறதா?’’ ஒரு சோதனைக் குழாயில் பிரகாசமான பச்சைத் திரவத்தை சோதனை செய்தபடி உரக்கக் கேட்டான் சார்வி.

அர்பன் முணுமுணுத்தபடி பதில் கூறி அருகில் சென்றான். அவனது அதிர்ஷ்டக்கார எதிரி ஒரு காந்தம் போல அவனை இழுத்தான்.

“அது தானாகவே இயங்கத் தொடங்குமா என்பதை நான் கண்டுபிடிக்க விரும்புகிறேன்’’ சிம்மாசனம் போலக் காணப்பட்ட கைவைத்த ஒரு நாற்காலியைக் காட்டியவாறு சார்லி பேசினான்.

“எப்படி?’’ வியப்போடு அர்பன் வினவினான்.

“எந்தக் காரணமும் இல்லாமல் அல்லது ஏதோ ஒரு அற்பமான காரணம் என்று நான் கருதுகிறேன்’’ சார்லி இரக்கத்தோடு விளக்கினான்.

அர்பனோடு கருத்தூன்றி சமமாக சார்லி பேசியது இதுதான் முதல் தடவையாகும். இதுவரை அவனது பேச்சுக்களைக் கேலியாகத்தான் கருதினான். இது அர்பனின் தவறா? அவன் எப்பொழுதுமே மனிதர்களைத் தவிர்த்து வந்திருக்கிறான்.

“எந்த ஒரு விநோதமான காரணத்திற்காகவும் காடாபுல்ட் வேலை செய்யாமல் போகும் என்று நான் உறுதியாக நம்புகிறேன்’’ என்றான் அர்பன்.

“அதைப் பற்றி நான் நிச்சயமாக இல்லை.’’

பயிற்சிக் கருவி நோக்கி அர்பன் சென்றான். ஸ்விட்ச் நிறுத்தப்பட்டது. எதிர்கால என்ஜினியர்களின் அநேகத் தலைமுறையினர் மெல்லியதான கால்சட்டை அணிந்து கொண்டு அமர்ந்த பிளாஸ்டிக் இருக்கையை சார்லி தட்டினான்.

“சார்ந்திருத்தல் என்பது முதலாவது சிக்கல்’’ என்றான் சார்லி. “ஒவ்வொரு பகுதியும் கெட்டியானதாக இருக்க வேண்டும்.’’

“நான் ஒத்துக் கொள்ளவில்லை’’ என்று தனது பலத்தைக் காட்டுவதுபோல அர்பன் பேசினான்.

“ஏன் அப்படி?’’ சோதனைக் குழாயைத் துளையில் வைத்துவிட்டு,

ஒரு வெள்ளைக் கந்தல் துணியால் தனது கைகளைத் துடைத்தபடி சார்லி கேட்டான்.

“சேமிப்பின் கெட்டி கூடுதலாக இருக்குமானால், அமைப்பு மிகவும் வலுவுள்ளதாக்கும்.''

“குறைவான கெட்டி இன்னும் அதிக ஆபத்தானது என்று நீ கருதவில்லையா?'' கண்களைச் சிமிட்டியபடி சார்லி கேட்டான். “அம்மாதிரியான வேளையில் காற்றை சுவாசிப்பதிலேயே தொடர்புகள் விடுபட முடியும். இதன் விளைவாக தானியங்கி ராக்கெட் பாதையை விட்டு விலகும், இலேசான பூமி அதிர்ச்சியினால் ஒரு கட்டடம் அமிழும், ஒரு பெண்...'' சற்று நேரம் இடைவெளி விட்டு பிறகு மணிச் சுருக்கமாகச் சொன்னான் : “ஒரு பெண் மற்றொருவருக்காக உன்னை விட்டுப் பிரிவாள்.''

அர்பனின் முகத்தில் குருதி ஓடியது. அவன் திகைத்துப் போனான். ஒரு நாயை ஆரம்பத்தில் தட்டிக்கொடுத்துவிட்டு பிறகு அதன் மூக்கில் எரிகின்ற சிகரெட்டை திணித்தது போல அவன் உணர்ந்தான்.

அதன் பிறகு அநேக ஆண்டுகள் கடந்துவிட்டன. தனக்கு முன்னால் சிரித்த முகத்தோடு சார்லி நின்றுகொண்டிருப்பதை அவனால் இன்னமும் காண முடிந்தது...

நகர மையப் பகுதியிலிருந்து அர்பனின் கார் கடந்து சென்று ஒதுங்குப்புறமாக விரைந்தது. இங்கு வீடுகள் தனிவாக இருந்தன. விளக்குகளும் மோசமாக இருந்தன. விரைவிலேயே அவன் வெஸ்டர்மை அடைந்துவிடுவான். வீடு, இனிமையான வீடு. மறுநாள் அவன் சிறப்பாக பணியாற்ற அவன் நன்கு தூங்கியாக வேண்டும். விரைவிலேயே அவன் தூங்கிப்போவான் என்று நம்ப வேண்டும். அவனது நரம்புகள் இன்னமும் நன்றாகவே இருந்தன.

சார்லி...

கசக்கிப் பிழிக்கப்பட்டது போன்ற அர்பனைக் கவனிக்காமலேயே சார்லி ஸ்விட்சை கவனக் குறைவாக அழுத்தினான். பிறகு பயிற்சி காடாபுல்டின் இருக்கையில் சாய்ந்தான். தானே கண்டுபிடித்த புதிய இரசாயன கலவையைச் சோதனை செய்ய அவன் விரும்பினான் என்று பின்னதாக ஆய்வுக்குழு உறுதி செய்தது.

மேலேயிருந்து விழுந்த சூரியக் கதிர் சோதனைக் குழாயின் செப்புக் கம்பியில் விழுந்தது. இருக்கைக்குச் செல்லும் முன்பாக,

ஆதரவாக ஒரு மணல் நாழிகை வட்டிலை வைத்தான். பொன்னிறமான மணல் கீழே விழ ஐந்து நிமிட நேரமானது. சார்லி தான் கண்டுபிடித்த முறையின் கெட்டி அளவை சோதிக்க விரும்பினான். காடாபுல்டை இயக்கிய ஐந்து நிமிடங்களில் அந்த ரசாயனக் கலவைக் கம்பியைக் கரைக்க முடியாது என்பதில் உறுதியாக இருந்தான். எதார்த்தமாகவே, காடாபுல்டில் அடிச்சுமை வைத்தது நல்ல காரியமாகும். ஆனால் சார்லி கைநாற்காலியில் குதிக்கத் தயங்கவில்லை. அவனைப்பற்றி எத்தகைய குறிப்புரை சொன்னாலும், அவன் துணிவை இழக்க மாட்டான்.

சார்லி கைநிலைக்காலை அழுத்தினான், பிளாஸ்டிக்காலான மடிப்பு முகடு ஒன்று அவனை நோக்கித் தணிந்து வந்தது. மாலுமி அறையில் அவன் இப்போது ஒரு விண்வெளியானைப் போலக் காணப்பட்டான். குழந்தைகள் புத்தகத்தின் படத்தில் இருப்பது போல இருந்தது. இத்தகைய சர்க்கரை இனிப்பு மந்திரவாதிகள், விண்வெளி சிலிர்ப்புகளின் ஒவ்வொரு பக்கத்திலும் தோன்றினார்கள்.

“தேவைக்கு மேல் செய்து விட்டான், வீம்புக்காரன்” கனத்த மடிப்பு முகட்டைப் பார்த்தபடி அர்பன் நினைத்தான்.

மணல் நாழிகை வட்டின் அடிப்பரப்பில் பொன்னிறமான மணல் மெதுவாக வளர்ந்து கொண்டே இருந்தது. செப்புக் கம்பி மிக நுண்ணியதாக இருந்தது. அதனை சாதாரணக் கண்ணினால் பார்ப்பது கஷ்டமாக இருந்தது.

“வெளியே போ, போதும்!” அர்பன் உரக்கக் கத்த விரும்பினான். ஆனால் அவன் கத்தவில்லை. இதில் என்ன விஷயமிருக்கிறது - மடிப்பு முகடு ஒலி புக வழியளிக்காதாது.

தூண்டப்பட்டவன் போல அர்பன் மெல்லியதாக மணல் வடிவதைப் பார்த்தான். கடைசியாக! ஐந்து நிமிடங்களாகி விட்டன. சார்லி அர்பனைப் பார்த்துச் சிரித்து, அவனை நோக்கி கையை அலைத்தான். பிறகு அவன் தனது கையை, கைநிலைக் காலுக்குத் தாழ்த்தினான்... ஆனால் மடிப்பு முகடு உயரவில்லை. “அது நெருக்குண்டு விட்டது” அர்பன் உணர்ந்தான். ஊடுருவிக் காணக்கூடிய பிளாஸ்டிக் வழியாக சார்லியின் அழகிய முகம் வெளிறிப் போவதை அவன் பார்த்தான். தனது இருக்கையிலிருந்து எழுந்து, மடிப்பு முகட்டை வலிந்து அழுத்தினான். ஆனால் அது நகரவில்லை. அதனது நோக்கம், தேர்வுகளின்போது பயிற்சியாளர்களை நச்சுத்தன்மையான சூழ்நிலைகளிலிருந்து

பாதுகாப்பதே ஆகும். மேலும் அதைக் கையினால் நீக்கிவிடுவது என்பது இயலாதது.

சார்லி உறுப்புகளை அசைத்தான். அந்த கருவியைச் சுட்டிக்காட்டி ஏதோ கத்தினான். ஆனால் அர்பன் அவனது வார்த்தைகளைக் கேட்க முடியவில்லை. இருப்பினும், அவனுக்கு என்ன தேவைப்பட்டது என்பதை அவன் மிக நன்றாகவே அறிவான் _ அவசரகால நிறுத்தல் பொத்தானை முடுக்குவதுதான். பிறகு காடாபுல்ட் செயல் தடைப்பட்டுப் போகும். அவன் வெறுமனே ஏதும் செய்ய முடியாதவனாக தோளைக் குலுக்கிக் கொண்டான்; சார்லியை இரக்கத்தோடு பார்த்தான். இருப்பினும், தனது தலையை அழகாக வைத்துக்கொண்ட சார்லி, அத்தகைய தெளிவான சைகை செய்தான். அதைப் புரிந்து கொள்ளாததற்கு ஒருவன் பேதையாகத்தான் இருக்க வேண்டும். அர்பன் அதற்கு மேல் பாசாங்கு செய்ய முடியவில்லை.

“நீ மாட்டிக்கொண்டாயா'' அவன் நினைத்தான். மற்றொரு சிந்தனையும் அவனது மனத்தில் தோன்றியது. மடிப்பு முகட்டிலிருந்து ஒரு முறை பாதுகாப்பாக வந்தானென்றால், இந்த மாட்டுதலை சார்லி ஒருபோதும் மன்னிக்க மாட்டான்.

கம்பி இதற்கிடையே காணக் கூடியதாக இல்லை. நிறுத்தல் பொத்தானை நோக்கி அர்பன் தனது கையை நீட்டினான் _ மிகவும் மெதுவாகத்தான். அந்நேரத்தில் கயிறு அறுபட்டதால் ஏற்பட்ட நாண் தெறிப்பொலியால் அவன் செவிடானான். ஆபத்தான ஆரஞ்சு வண்ணத் தீநாக்குகள் காடாபுல்டின் கீழே ஒவ்வொரு காற்றாடியாக உடைந்தது. காப்ஸ்யூல் சடசடவென மேல்நோக்கி ஏறியது. அவன் மிகவும் பின்தங்கிவிட்டான்!.. யாருடைய அவல ஒலி, முயல் போலக் கத்தும் ஒலியாகக் கேட்கிறது? அவனுடையதா... சார்லியினுடையதா?

உயரமான மடிப்பிட்டு வளைக்கப்பட்ட விமானக் கோட்டத்தின் இரும்புக் கூரை எதிரொலிக்கக் கனத்த வேகத்துடன் விழுந்தது. அதன் கிராதிகள் இத்தனை பெரிய அதிர்வைத் தாங்கக்கூடியவைகளாக இல்லை. மடிப்பு முகடு சிம்புசிம்பாகத் தெறித்து மழைபோல அர்பன் மீது விழுந்தது.

அர்பன் நின்று கல்பக்கம் திரும்பி மேலே பார்த்தான். கூரையின் மீது பயங்கரமான கறை ஒன்று பரவியது. அதன் வழியாக சூரியக்கதிர்கள் உள்ளே நுழைந்தன. ஒரு கனத்த சொட்டு அர்பனின் தோள்மீது விழுந்தது. அதை எந்திர கதியில் தனது விரலால் அவன்

தொட்டான். பிறகு பத்து நிமிடங்களுக்கு முன்னர் சார்லி பயன்படுத்திய பழைய கந்தையால் கையிலிருந்த குருதியைத் துடைத்துக் கொண்டான். பிறகு விமானக் கோட்டத்திலிருந்து உயிருக்குப் பயந்து ஓடினான்...

சார்லியிடமிருந்து இரண்டு மாதகால இடைவெளியைப் பெற்றிருந்தான். இந்த இரண்டு மாதங்களாக உருவமில்லாத ஆல்வா மிகவும் நேர்மையாக தனது பணியைச் செய்து கொண்டிருந்தான் _ தனது மனச்சாட்சியின் பேயுருவினின்றும் தன்னைப் பாதுகாத்து வந்தான். ஆனால் கடைசியில் ஆல்வாவின் சொந்த அட்டூழியமே மிகவும் அஞ்சத்தக்க பேயுருவாகிவிட்டது. அது யாருடைய தவறு, நியூமோரின் கட்டாய நிபந்தனைகள் எல்லாவற்றையும் நிறைவேற்றாத அர்பனுடையதா? அல்லது தனது சொந்த ஆல்வா குறித்து முழுமையாக சிந்திக்காது விட்ட நியூமோருடையதா? பெரும்பாலும் நியூமோர் மிகவும் அவசரமாக அவனது மூளைக் குழந்தையை வெளி உலகுக்கு விட்டிருக்க வேண்டும். அவனுக்குச் சிக்கலாக விளங்கிய சில வினாக்களைத் தெளிவுபடுத்தி இருக்கலாம். பிறகு பெருத்த அளவில் உற்பத்தியைத் தொடங்கி இருக்கலாம். பணக்கார வாடிக்கையாளரிடமிருந்து நிறையப் பணத்தைக் கறந்திருக்கலாம்.

“என்னை அவன் மோசடி செய்தது போல மற்றவர்களையும் அவன் மோசடி செய்யலாம்'' மோட்டார் வண்டிக் கொட்டடியில் தனது காரை நிறுத்தியபடி அர்பன் நினைத்தான். “பணம் அவனுக்கு முதலாவதாக இருந்தது, மனித உயிர்கள் பொருட்டல்ல. நியூமோர் மாயைகளின் விற்பனையாளன். ஆல்வாவிடமிருந்து நான் விடுபட்டதுமே, இதன் விளைவுகுறித்து ஓர் அறிக்கையை வெளியிடுவேன்...''

கார் கொட்டடியிலிருந்து அர்பன் வெளியே நடந்தான். குளுமையான இரவுக் காற்றைச் சுவாசிப்பதற்காக நின்றான்.

இந்தக் கொட்டடியை விட விமானக் கோட்டம் மிகவும் உயரமானதாக இருந்தது _ வடக்கில் அர்பனுடைய சொந்த நகரத்தில் அண்மையில் கட்டப்பட்ட நவீனமான சர்ச்சைப் போலத் தோன்றியது. கோட்டத்திலிருந்து அவன் விரைந்து வெளியே வந்தபோது, சுற்றிலும் எந்த மனிதனையும் அவன் காணவில்லை _ கொளுத்தும் சூரியனுக்குப் பயந்து எல்லாருமே ஒளிந்து கொண்டிருந்தார்கள். இவனது கூக்குரல் காரணமாக தூக்கக் கலக்கத்தில் இருந்த சில பயிற்சியாளர்கள் மர நிழல்களிலிருந்து

வெளியே வந்தார்கள். நண்பகல் இடைவேளையை அங்கு அவர்கள் மகிழ்ச்சியோடு கழித்துக்கொண்டிருந்தார்கள்.

அவர்களில் ஒருவன் "உனது தலைபோகும்படி எதற்காகக் கூக்குரலிட்டாய்?'' என்றான்.

"தீக்கனா எதுவும் கண்டாயா?'' ஒரு அரக்கன், சிவந்த தலையுடைய கடந்தாண்டு மாணவன் ஒருவன் கேட்டான்.

"அவனுக்கு ஒரு கைக்குட்டை கொடு!''

"அவனது தலையைத் தட்டு!'' அர்பனின் மீது கேலிப் பேச்சுக்கள் மழையாய் விழுந்தன.

அக்கறையில்லாது அவர்களை அவன் பார்த்தான்.

"ஹை... முற்றிய பைத்தியம் போலக் காணப்படுகிறான்!'' சிவந்த தலையுடையவன் ஆர்வத்தோடு கூவினான். பயிற்சிப் பள்ளியில் தனது நான்கு ஆண்டு காலத்தில் எல்லா வகையான விபத்துக்களையும் அவன் கண்டிருக்கிறான். சில பயிற்சியாளர்களின் நரம்புகள் கூடப் போய்விட்டன.

அர்பனுடைய கையைப் பற்றியபடி, "நிழலுக்கு வா'' என்று யாரோ கனிவுடன் பேசினான்.

அர்பனுடைய கண்ணாடிக் கண்கள் கெஞ்சுவது போலக் காணப்பட்டன, ஆனால் அவன் ஒரு வார்த்தைகூட வெளிவிடவில்லை. கேலி செய்கின்ற அல்லது அலட்சியமான முகங்கள் அருவருப்பான வேஷமாக மாறியது.

"நீ ஏன் எதுவும் சொல்லாதிருக்கிறாய்? எதைப் பற்றி நீ கூக்குரலிட்டாய்?''

"கூறு! உனது வாய் மூடிப் போய் விட்டதா?''

"ஹை... சார்லி எங்கிருக்கிறான்?'' இளைஞர்களில் ஒருவன் நினைவு கூர்ந்தான். "இந்த பிரச்சினையை அவன் கணநேரத்தில் கண்டறிந்து விடுவான்.''

"அவன் இங்குதான் இருந்தான். பிறகு எங்கோ மறைந்து போய்விட்டான்.''

"சார்லி!''

"அழகன்!''

"தேவதை முகம்!'' கூக்குரல் கேட்டன.

அர்பன் நடுங்கினான்.

“அங்கே... அங்கே'' விமானக் கோட்டத்தைச் சுட்டிக்காட்டியபடி திக்கிப் போனான்.

“அங்கே என்ன?'' சிவப்புத் தலையன் பொறுமையாக, ஒரு குழந்தையிடம் பேசுவது போலக் கேட்டான். மற்றவர்களை அமைதியாக இருக்கும்படி அடையாளங் காட்டினான்.

“அங்கே.. சார்லி அங்கே...''

“கோட்டத்திலா?''

“கூரையில்..''

“இப்போது எல்லாமே தெளிவாகிவிட்டது. சார்லி கூரையின் மீது இருக்கிறான். வேறு எங்கு அவன் இருக்க முடியும்?'' சிவப்புத் தலையன் மகிழ்ச்சியோடு கூறினான். தனக்குப் பக்கத்தில் இருந்தவர்களைப் பார்த்து, “திசைத் தொடர்பமைவின் இழப்பு'' என்று தணிந்த குரலில் பேசினான்.

யாரோ தலையை அசைத்தான். அப்படியானால், அப்பாவியின் இடத்தில் இருப்பதற்கு யாரும் விரும்பவில்லை.

கோலாகலமான கூட்டம் கேலியோடும் சிரிப்போடும் கோட்டத்திற்குள் நுழைந்தது. அர்பன் வெளியே தனிமையில் நின்றுகொண்டான். அவனது முறைப்படுத்தும் காலணியின் கனத்த உள்ளங்காற் பகுதி வழியாகக் கூட விமானத் தளத்தில் வரிசையாக வைக்கப்பட்டிருந்த தீக்கல் கொடிக் கற்களின் வெப்பத்தை அவனால் உணர முடிந்தது. செங்குத்தான சூரியக்கதிர்கள் அவனை சுட்டெரித்தன. அழுக்கு வியர்வை அவன் முகத்தில் வழிந்தோடியது. அதை அர்பன் துடைத்துவிடவில்லை. அவன் அசையாமல் நின்றான்.

இரவின் குளுமையைத் துய்த்து மகிழ்ந்தபடி அவன் அசையாமல் நின்றான். இப்போதைக்கு அவனுக்கு ஆல்வா குறித்து அஞ்ச எந்தக் காரணமும் இல்லை. அவனது இரட்டை நகரத்தின் மத்தியில் எங்காவது கட்டாயம் அலைந்து கொண்டிருக்க வேண்டும். ஆகவே, வெளிப்படையாக அத்தகைய நினைவுகளை ஒருவரும் ஒருபோதும் உதறித் தள்ளிவிட மாட்டார்கள். அவன் முயன்று பார்த்தான், ஆனால் எதுவுமே வரவில்லை. அதாவது அவனது சாகும் நேரம் வரை சார்லி அவனுடன் இருப்பான் என்பது பொருளாகும்.

உறைபனியாய் உயிரோட்டமிழந்த நிலைக்கு ஆளானதற்கு முன்னர் அர்பன் தனது தனியறைக்குச் சென்றான். “நாளைக்கு நான் டாக்டரைப் படிப்பேன்... நான் தீக்காயம் பட்டதை அவருக்குச்

சொல்வேன்'' தனக்குப் பின்புறம் கதவைச் சாத்தியபடி அவன் முடிவு செய்தான்.

ஆனால் டாக்டரைப் பார்க்க வேண்டிய அவசியம் அவனுக்கு இல்லை. காலையில் வலி மறைந்துவிட்டது. மகிழ்ச்சியாக சீழ்க்கையொலி செய்தபடி அர்பன் வீடியோபோனை இயக்கினான். அர்பனைப் பார்த்த மாத்திரத்தில் அந்த அழகிய செயலாளர் தனது கண்களைத் தவிர்த்தாள். அவனது கருத்தூன்றிய பார்வையை அவளால் தாக்குப்பிடிக்க முடியவில்லை.

"இன்று நான் வர முடியாது'' என்று அர்பன் சாதாரணமாக அவளிடம் தெரிவித்தான்.

"தலைவரிடம் நான் என்ன சொல்ல?'' செயலாளர் வினவினாள்.

"நியூமோரிடம் ஒரு விஷயத்தை கலந்து பேசுவதற்காக நான் போய்க் கொண்டிருக்கிறேன் என்று அவரிடம் கூறவும்.''

"அவர் ஏற்கனவே அழைத்துவிட்டார்'' செயலாளர் எதிர்பாராதபடி வலியப் பேசினாள்.

"அவன் அழைத்தானா? இந்த எண்ணிலா?''

"ஆமாம். கம்பெனியின் எண்ணில்.''

"விசித்திரமானது!'' அர்பன் நினைத்தான்.

"அவரோடு ஒரு முக்கியமான விஷயம் உங்களுக்கு இருக்கிறது என்று டாக்டர் நியூமோர் கூறினார். நீங்கள் நிறுத்தி வைக்கப்படக் கூடாது என்று அவர் கேட்டார்.''

"தலைப்புச் செய்தியில் அவனை நான் கூறி வைக்கப் போகிறேன் என்பதை அவன் அறிந்திருந்தால் மட்டுமே!'' அர்பன் முகஞ் சுளித்தபடி எண்ணினான். பிறகு வீடியோபோனை நிறுத்தினான.

ஆல்வா எங்கே இருக்கிறான்? இரவு நேரத்தில் அவன் தனது வீட்டைப் பார்த்துப் போயிருக்க வேண்டும். அல்லது திசை குறியை அவன் இழந்தபடி தெருக்களில் குறிக்கோள் இல்லாது சுற்றிக்கொண்டிருக்கிறானா? நடைமுறையில் நேரமே இல்லை என்பதை அந்த அப்பாவி எங்ஙனம் அறிந்திருக்க முடியும்? கேலியாகச் சொன்னால், தன்னைப் படைத்தவனாலேயே அவன் கொலை செய்யப்படவிருக்கிறான். அர்பன் விரைவிலேயே தனது பழைய நிலைக்குத் திரும்புவான், அதேவேளை ஆல்வா, ஆதாரத் துகள்கள் பிரிந்து போவதனால் மறைந்து போவான். இது எவ்வாறு நிகழப் போகிறது : காலப்போக்கில் அல்லது திடீரென்று வாண

வேடிக்கைபோல நடக்கும் என அறிந்து அவன் வியப்படைவான். அவன் நியூமோரைக் கேட்க முடியும். மறுபுறத்தில் கேட்காமலிருப்பது நல்லது. இது அவனுக்குப் புண்ணாகிவிட்ட இடமாகும்.

எவ்வளவு குறைவாக தலையை அசைக்க முடியுமோ அந்த அளவுக்குச் செய்ய அர்பன் முயன்றான். அவனது கழுத்து இன்னமும் வலிக்கவே செய்தது. ஆனால் அந்த வலி அவனது மைய மனநிலையைக் குறைக்கவில்லை.

சார்லி யார்? ஓ! விமானக் கோட்டக் கிராதிக்கு எதிராகத் தன்னையே சின்னா பின்னமாக்கிக் கொண்ட பாத்திரம்! சரியாகவும் செய்தான். இதில் அர்பனுக்கு எந்தத் தொடர்பும் இல்லை.

இரவின் அரையிருளில் அவனது அச்சங்கள் அடித்துச் செல்லப்பட்டன. அர்பன் தனது தன்னம்பிக்கையைத் திரும்பப் பெற்றான். ஒருவேளை அவன் நியூமோரிடம் போகாது இருக்கலாம். ஒருவேளை விஷயங்களை அப்படியே விட்டு விடுவது நல்லதாக இருக்கும். ஆனால் அவன் இந்த எண்ணத்தைத் தவிர்த்து விட்டான். ஆள் நடமாட்டமில்லாத தெரு நெடுகவும், குவிமாடத்தைச் சுற்றிலும் இரவு முழுக்கத் துரத்திய நினைவு புத்தம் புதியதாகவும் அச்சத்தைத் தருவதாகவும் இருந்தது. ஆல்வாவைத் துரத்த அவனுக்கு அந்தக் குவிமாடம் மட்டும் இல்லாதிருந்தால் அவன் இறந்திருப்பான்...

அதன்பிறகு மிகவும் எதிர்பாராது ஏற்படும் சார்லியைப் பற்றிய இந்த நினைவு மிகவும் பயங்கரமானதாக, இரண்டு மாத மறதியின் பரிமாணத்தைக்கூட உடைத்துவிட்டது. அது இவ்வாறு இருக்கையில், நியூமோரின் கண்டுபிடிப்பு சல்லிக்காசு பெறாது. சோதனை செய்து பார்ப்பதற்கு அவன் வேறு முட்டாள்களைத் தேடட்டும். அர்பன் தனது உயிரை இழக்க வைத்த ஆல்வாவின் இந்தத் தோல்விக்குப் பிறகு அநேக விருப்பார்வம் கொண்டவர்கைள அவன் பெறுவது அரிதாகத்தான் இருக்கும். நியூமோர் அவனை ஏமாற்றிவிட்டான். இதைப் பற்றிச் சொல்லாது அவன் வாய்மூடி இருக்கப் போகிறானா?

முன்னதாக, ஆல்வா வரு முன்பு அவன் நலமின்றி இருந்தான். இப்பொழுது அவன் திரும்பவும் நலமாகிவிட்டான். நிச்சயமாக அவன் தனது முன்னைய நிலைக்குத் திரும்பவில்லை!...

அர்பனை விடாது பிடித்துக்கொண்டிருந்த எல்லாவித மூளைத் தொல்லைகளுக்கும் சார்லி என்ற ஒரு பெயர் உண்டு என்பது

பிறருக்குத் தெரியாது. பேயுருக்களால் அவன் கொடுமைப்படுத்தப்பட்டான். தூக்கம் பிடிக்கவில்லை, அவனது ஆற்றல் எல்லையின் கடைசி நிலைக்குத் துரத்தப்பட்டான். ஆல்வா அவனது தீய நினைவுகளினின்றும் அவனை விடுவிப்பான் என்று நியூமோர் சுட்டிக்காட்டிய போது, அத்தகைய ஒரு வாய்ப்பை அவன் தவற விடுவானா?

ஆனால் இப்பொழுது என்ன செய்வதென்று அவனுக்குத் தெரியும். சார்லியை துரத்தி அடித்துவிடுவான்.

"...நீ ஒரு கொலைகாரன்'' என்று சார்லி பழக்கப்படி கேட்கலாம்.

"அது ஒரு பொய்'' அர்பன் பதிலளிப்பான்.

"பொய் என்றால் என்னவென்று நீ நினைக்கிறாய்?'' வியப்போடு சார்லி கேட்பான். "பிறகு என்னைக் கொன்றது யார்?''

"நீ உன்னைக் கொன்று விட்டாய். அல்லது, ஒருவேளை உனது வீம்புரை உன்னைக் கொன்றுவிட்டது. நமது கடைத்தேற்றம் அடக்கத்தில் தான் இருக்கிறது.''

"ஓ... நான் காடாபுல்டில் அடைபட்டபோது, அவசரகால நிறுத்தல் பொத்தானை இயக்காமல் உன்னைத் தடுத்து நிறுத்தியது எனது செருக்குத்தானே?''

சார்லியின் வசைப்பாங்குடைய குரல் எதார்த்தமாக ஒலித்தது. அர்பன் கிளம்பி சுற்றிலும் பார்த்தான். உண்மையில் யாரும் அங்கு இல்லை. நகரத்தின் கிழக்கு மேற்குப் பகுதிகளை இணைக்கும் பாலத்தின் மீது அவன் கார் விரைவாகச் சென்று கொண்டிருந்தது. அர்பனால் குறியிட்டுத் தரப்பட்ட இடத்தில் மிகக் குறுகிய வழித்தடத்தில் தானியங்கி ஓட்டுநர் அதைச் செலுத்திக் கொண்டிருந்தான். ஒளியுடன் கூடிய புள்ளிகள் தொலைவில் பாதி தூரத்தை ஏற்கனவே அது கடந்துவிட்டது என்பதைச் சுட்டிக்காட்டியது.

"நியூமோர் எனக்காக அவசியம் காத்துக் கொண்டிருப்பான்'' வெஸ்டர்னிலிருந்து வெளியேற்றப்படும் கதிரியக்கக் கழிவுப் பொருட்கள் பாய்வதால், குளிர்காலத்தில் கூட உறைந்து போகாத ஆற்று நீரை கீழே பார்த்தபடி அர்பன் நினைத்தான். கடலை நோக்கி, பனிபடர்ந்த இரு கரைகளையும் தழுவியபடி கருப்பு நிற நீர் மெதுவாகச் செல்வதைப் பார்க்க விசித்திரமாக இருந்தது. கழிவுப் பொருட்கள் தீங்கு விளைவிக்காதவை என கம்பெனி உறுதிகள் தந்துள்ளது. இருப்பினும், ஆற்றில் ஏராளமான மீன்கள் இருக்கின்றன.

எனினும் இந்த நீரில் குளிப்பதற்கு நகரவாசி கள் தயங்கினார்கள். நகரின் குளியல் இடங்கள் பெரும்பாலும் காலியாகவே இருந்தன.

ஒளியுடன் கூடிய புள்ளிகளின் கோடு வளரவே, ஒரு வெறுமையான ஆர்வம் அர்பன் இதயத்தில் குடிகொண்டது. அவர்களது சந்திப்பிற்காக பயோ சென்டரை ஏன் நியூமோர் தேர்ந்தெடுத்தான்? அர்பன் அங்கு பலமுறை இருந்திருக்கிறான். அதன் எல்லைக்குள் கார்கள் அனுமதிக்கப்பட மாட்டாது என்பதை அறிவான். நுழைவுச் சீட்டு வாயில் வழியாக அர்பன் செல்ல வேண்டும். நியூமோரின் கையெழுத்துக் கொண்ட அட்டையைக் காட்டி, ஜன்னலுக்கு அப்பால் வைக்கப்பட்டுள்ள எலெக்ட்ரானிக் பொறியில் வைக்க வேண்டும். நியூமோரின் கையெழுத்தை அந்தப் பொறி அசலானது தானா என்பதை உடனடியாக முடிவு செய்யும் _ எந்தக் கள்ளத்தனத்திற்கும் வழியில்லை _ ஓர் ஒளி அதிலிருந்து கிளம்பும். அந்த குறுக்கைக் கடவு முழுமையாகத் திரும்பி நிற்கும், அர்பன் அதற்குள்ளாகத் தடையின்றி போகலாம். அங்கு நியூமோரின் புயத்தின் கீழ் அவன் பாதுகாப்பாக இருப்பான். ஆல்வா அதற்குள்ளாக நுழைந்துவிட்டால், நியூமோரும் அவனும் சாக வேண்டியதுதான். சந்தேகத்திற்கிடமின்றி நியூமோர் அதை அறிந்திருப்பான். ஆபத்தான வருகைக்கான ஏற்பாடுகளை அவன் கட்டாயம் செய்திருப்பான், சுவர்களையும் கூரையையும் பிளாஸ்டிக்கால் மெழுகி இருப்பான்.

கார் திடீரென நின்றதால் அர்பன் முன்னுக்குத் தள்ளப்பட்டான். அவனது தலையின் பின்பக்க வலி அவனை ஊக்கமற்றவனாக்கி, புதிதாக வலித்தது. அர்பன் முன்பக்கம் பார்த்தான். பயோ சென்டரின் முன்பக்கச் சதுக்கம் வேலி போடப்பட்டிருந்தது. சுரங்க வேலை நடைபெறுவதால் நேரான பாதை இல்லை என்பதை ஓர் அறிவிப்புத் தெரிவித்தது.

காலைச் சூரியனின் கதிர்பட்டு மென்மையான பனிக்கட்டி ஒளிர்ந்தது. துணிவை வரவழைத்தபடி அர்பன் காரில் உட்கார்ந்து இருந்தான்.

“நான் இங்கிருக்கிறேன் என்பதை ஆல்வா எங்ஙனம் அறிய முடியும்?'' அவன் கேட்டுக் கொண்டான். “இந்த இரண்டு மாதத்தில் அவன் ஒருவகையான பண்புருவை வளர்த்துக் கொண்டிருப்பான். மேலும் இந்த நேரத்தில், நகரத்தின் மறுபுறத்தில் உள்ள வெஸ்டர்னில் இருப்பேன் என்பதை கட்டாயம் அறிந்திருக்க வேண்டும். நியூம் அழைத்திருக்கிறான். அவன் எனக்காகக் காத்துக்கொண்டிருக்கிறான்.''

பாய்ந்து செல்வதென்று அர்பன் முடிவு செய்தான். கதவைத் திறந்து விட்டு வெளியே குதித்தான். அன்று குளிராக இருந்தது. சதுக்கத்தில் பனிப்படிவு பளபளப்பாகப் பிரகாசித்தது. "விநோதமான பனி" அர்பன் நினைத்தான். பனி படர்ந்த மேல்தளத்தில் அவன் காலை வைத்தவுடனேயே வழுக்கிவிட்டு கீழே விழவிருந்தான். அவனது கை மினுமினுக்கும் தரையைத் தொட்டது. "செயற்கையான பனிக்கட்டி. அதுதான் இது. எந்த முட்டாள் இதை இதில் வைக்க நினைத்தான் _ சதுக்கம் முழுமையும் செயற்கைப் பனிக்கட்டியால் பரப்பி? எவர்க்கு இது தேவைப்பட்டது? எதற்காக? சாதாரண நீரையே ஏன் பயன்படுத்தி இருக்கக் கூடாது? ஓ... ஆமாம். நேற்று மிகவும் வெப்பமாகத்தானே இருந்தது. நீர் உறைந்து போகவே முடியாது!"

குழந்தைப் பருவத்தை நினைத்துக்கொண்டு நெடுகிலும் நழுவியோடி விடலாம் என எண்ணியபடி அர்பன் ஓர் ஓட்டம் பிடித்தான். ஆனால் எதிர்த்துத்தாக்கும் ஓர் அலை அவன் முகத்தில் மிக வலுவாக அடித்தது. "பரவாயில்லை, இந்த வேக அளவு சீக்கிரமாகவே மறையும்" கவனத்தோடு தனது வழியில் முன்னேறியபடி அவன் நினைத்தான்.

சதுக்கத்தில் அவ்வளவாக ஆட்கள் காணப்படவில்லை. ஓரத்தில் நடந்தபடி ஓரிரு பாதசாரிகள் தங்கள் வழியைப் பார்த்துச் சென்று கொண்டிருந்தார்கள். அந்தப் பக்கத்தில் வழுக்கல் மிகக் குறைவாகவே இருக்க வேண்டும். ஆனால் அர்பன் குறுக்காகச் செல்ல முடிவு செய்தான்.

அவனது எண்ணங்களில் மூழ்கியவனாக அர்பன், சதுக்கத்தின் மையத்தில் இருந்த நினைவுச் சின்னத்திலிருந்து தனியாகப் பிரிந்து அவனை நோக்கி வந்த ஓர் உருவத்தை உடனடியாக கவனிக்கவில்லை.

அதை பார்த்தபொழுது அவன் "சார்லி... மீண்டும்..." என்று முணுமுணுத்துப் பார்ப்பதைத் தவிர்த்தான்.

ஆனால் அது சார்லி அல்ல. அது அவனது இரட்டை என்பதையும், கொல்வதற்காக வந்து கொண்டிருக்கிறது என்பதையும் புரிந்து கொள்ள அர்பனுக்கு நீண்ட நேரம் பிடித்தது.

அவன் நேரத்தைத் தவறவிட்டு விட்டான். மேலும், கண்மாறாட்ட நடவடிக்கைக்கான வாய்ப்புகளும் வழுக்கல் தரையில் செயலாக்க முடியாததாகிவிட்டது. ஆல்வாவைப் பொருத்தமட்டில் பனிக்கட்டி அல்லது கருங்காரை எதுவாகவும் இருக்கலாம். எல்லாமே அவனுக்கு ஒன்றுதான்.

மேலும், தனது வழியில் நின்று, ஓடுவதுபற்றி அர்பன் சிந்தித்தான். இருப்பினும், அது பயன் தராது என்றாலும் கூட, அடுத்த நெடி அவனுக்குத் தோன்றியதெல்லாம், சார்லி திரும்ப வந்து விட்டபடியால், அதை முடிவு கட்டியாக வேண்டும் என்பதுதான். ஆகவே அவன் முறுவலித்தான். தனது பேயுருவின் இரட்டையைச் சந்திக்க நடந்தான்... சார்லியைச் சந்திப்பதற்காக, அவனது மனச்சாட்சியின் ரகசியமான வேதனைகளைச் சந்திப்பதற்காக...

“ஆனால், இந்தக் காலையில் நான் இங்கு இருப்பேன் என்பதை அவன் எங்ஙனம் அறிந்தான்? நிச்சயமாக தொலைநிலை உணர்வுத் திறமைகளை வளர்த்துக் கொண்டிருக்க முடியுமா?'' அர்பன் கடைசியாக நினைத்தான்.

அந்த வெடிப்பு அவ்வளவு ஒன்றும் உரக்க இல்லை. திடீரொளி ஏற்பட்ட இடத்தில் பழுப்பு நிறக் காளான் மேலே எழுந்தது. ஒரு நிமிடத்திற்கு முன்னர் பாலைவனமாய்க் காணப்பட்ட அச்சதுக்கம் திடீரென்று உயிர் பெறலாயிற்று. எந்த நகரத்திலும் எந்த நேரத்திலும் பகலாகட்டும் இரவாகட்டும் ஆர்வமுள்ள பார்வையாளர்கள் எப்பொழுதுமே ஒரு நிமிடத்திற்குள்ளாகவே ஒரு விபத்தைப் பார்க்கக் கூடி விடுவார்கள்... இரண்டு ஹெலிகாப்டர்கள் மோதிக்கொண்டனவா, அருகே சென்ற எவரேனும் மயங்கி விழுந்து விட்டானா.

“குழாய் வெடித்து விட்டது'' அவர்களில் ஒருவன் ஆலோசனை சொன்னான்.

“இருக்க முடியாது. அவர்கள் வெடிகுண்டை வெடித்தார்கள். நான் அதை எனது சொந்தக் கண்களால் பார்த்தேன்'' மற்றொருவன் கூறினான்.

புதிராக மக்கள் விரைந்து வந்தபோது, பழுப்பு மேகத்தைச் சுற்றிய வளையம் அடர்த்தியானது. இருப்பினும் யாரும் அருகில் வரத் துணியவில்லை. கவனமாகப் பின்னுக்கு நகர்ந்தார்கள்.

விநோதமான வடிவம் கொண்ட அம்மேகம் நீண்டு வளர்ந்து உச்சியில் அகன்று போனது.

“அதை நான் முழுக்கப் பார்த்தேன்'' உணர்ச்சிவயப்பட்டு யாரோ கூறினான். “சதுக்கத்தின் குறுக்காக யாரோ ஒரு மனிதன் நடந்து கொண்டிருந்தான். ஒருவகையில் நடந்து போகவில்லை, எல்லா நேரமும் வழுக்கிக்கொண்டே சென்றான்.''

“அவன் எங்கு போய்க் கொண்டிருந்தான்?''

“அதை நோக்கித்தான்” பேச்சாளன் பழைய நினைவுச்சின்னத்தைப் பார்த்துத் தலையசைத்தான். ஒரு மரத்தின் நிழலில் ஓய்வெடுக்கும் ஓர் ஆயனையும், ஆய்மகளையும் அது சித்தரித்தது. “நல்லது, ஆக அவன் நெடுக நடந்து போய்க் கொண்டிருந்தான். திடீரென்று மற்றொரு மனிதன் நினைவுச் சின்னத்தின் பின்புறமிருந்து தோன்றி அவனைச் சந்திக்கச் சென்றான். நான் உற்றுப்பார்த்தேன். எனது கண்களை நான் நம்பவில்லை. ஒரு நெற்றின் இரு விதைகள் போல அவர்கள் ஒன்றுபோலக் காணப்பட்டார்கள். அவர்கள் இரட்டையர்களாகத்தான் இருக்க வேண்டும்...”

“இரட்டையரை நீ பார்த்தாயா?” ஓர் இளைஞன் சந்தேகப் புன்னகையோடு கேட்டான்.

பேச்சாளன் தொடர்ந்து பேசினான்: “என்னை முடிக்க விடு. மிகவும் சாதாரணமான முறையில் ஒருவரை ஒருவர் சந்தித்துக் கொள்ள அவர்கள் நடந்தார்கள். நினைவுச் சின்னத்திற்குப் பின்னாலிருந்து வந்த மனிதன் மற்றவரை நோக்கி கைகளை நீட்டியபடி வந்தான். அவர்கள் ஒருவரை ஒருவர் அணைத்துக்கொள்ளப் போகிறார்கள் என்று நான் நினைத்தேன். ஆனால் அவர்கள் தொட்ட நொடியிலேயே இந்த வெடிப்பு ஏற்பட்டது...”

“மிகவும் குறும்புக்கார ஆட்கள் அவர்கள்!” அந்தக் கூட்டத்தை ஏளனச் சொற்களால் மகிழ்விக்க தானே முன்வந்த இளைஞன் கூறினான்.

“நல்லது, அந்த இரண்டு பேருக்கும் என்ன நிகழ்ந்தது?” கருப்பாக இருந்த கிழவி கேட்டாள்.

“எனக்குத் தெரியாது... அவர்கள் மறைந்துவிட்டது போலக் காணப்பட்டார்கள்” பேச்சாளன் முடித்தான்.

“காணாமல் போதல் என்னவென்று நினைக்கிறீர்கள்?” அக்கிழவி உறுதியாகக் கேட்டாள். நிகழ்ச்சி முழுவதையும் அந்தப் பேச்சாளனிடமிருந்து தெரிந்துகொள்ள முற்படுவது போல. “அவர்கள் மறைந்துபோயிருக்க முடியாது. அவர்கள் கடவுளின் சொந்தத் தேவதைகள். இப்பொழுது அவர்கள் நம்மிடையே இருக்கிறார்கள்” அவள் பெருமிதத்தோடு முடித்தாள்.

கிண்டலான பதில்கள் எல்லாத் தரப்பிலிருந்தும் வந்தன.

“தேவதைகள் தாங்களாகவே வெடித்துப் போய்விட்டார்கள்” ஒரு பையன் மகிழ்ச்சியோடு கூறினான்.

“நியூக்கிளியர் தேவதைகள்” ஒருவன் கூறினான்.

இது உச்சக் கட்டத்திற்குச் சென்றபோது வெளிறிய மனிதன் ஒருவன் பயோ சென்டரின் வாசலிலிருந்து வெளியேறினான். கூட்டம் அப்படியே அடங்கிப் போயிற்று. உராய்வைத் தடுக்கும் காலணிகள், அந்த மனிதன் நம்பிக்கையோடு நடந்து வந்தான்.

“அது நியூமோர்” என்று யாரோ குசுகுசுத்தான்.

கூட்டம் விலகியது. புகைத் தூண் இருந்த இடத்திற்கு நியூமோர் நடந்து போனான். அதனது கருப்புப் படிவு பெரும்பாலும் குறைந்து போயிருந்தது. தனது சட்டைப் பையிலிருந்து ஒரு டோஸிமீட்டரை எடுத்து, புகை அடர்த்திக்குள் அதை நுழைத்தான். அதன் பிறகுதான் மக்கள் கதிரியக்கத்தின் அபாயத்தை அறியத் தொடங்கினார்கள். முன்வரிசையில் நின்றவர்கள் பின்னுக்கு நகரத் தொடங்கினார்கள்.

டோஸிமீட்டரின் அளவை நியூமோர் ஒரு பார்வை பார்த்துவிட்டு தலையை அசைத்தான்.

“தயவுசெய்து கூறுங்கள்; என்ன நடந்தது?” இளம் வேடிக்கை மனிதன் கேட்டான்.

“இந்தக் குழாய் கூட வெடிக்குமா?” யாரோ கேட்டான்.

“அது உண்மைதான்” நியூமோர் முணுமுணுத்தான். “சுரங்க பிரதானக் குழாய் ஒன்று வெடித்துவிட்டது.”

“அதுதான்... நான் சொன்னது!”

தனது பையிலிருந்த சிறு பொட்டலத்தை நியூமோர் எடுத்தான். அதைக் கிழித்துத் திறந்தான். ஒரு வெள்ளைப் பொடியை அந்த மேகத்திற்குள் எறிந்தான். புகை வேகமாக மறையத் தொடங்கியது. அதில் பிளவுகள் தோன்றின. ஒரு நொடியில் பழுப்பு நிறத் தூண் மறைந்தது. அதன் இடத்தில் இருந்த ஆழமான குழியில் எண்ணெய் போன்ற திரவம் மினுமினுத்தது. அஞ்சாதபடி உற்றுப் பார்த்த கூட்டம் கூர்மையான ஓசோன் நெடியை உணர்ந்தது.

“உயிருக்குப் பயந்தால் தயவுசெய்து போய் விடுங்கள்” என்றான் நியூமோர் கண்டிப்பாக.

பார்வையாளர்கள் தங்கள் வழியைப் பார்த்து நடக்க ஆரம்பித்தார்கள். செயற்கைப் பனிக்கட்டியில் வழுக்கும் தளத்தில் கவனத்துடன் கால் பதித்துச் சென்றனர்.

●

FCW - #0139 - 061026 - C0 - 216/140/9 - PB - 9789388986465 - Matt Lamination